കഥയിലകൾ -1

കഥാസമാഹാരം

റോബിൻ പള്ളുരുത്തി

ഉള്ളടക്കം

ആമുഖം

റോബിൻ പള്ളുരുത്തി

1982 സെപ്റ്റംബർ 8 ൽ "അറബിക്കടലിന്റെ റാണി" എന്ന് അറിയപ്പെടുന്ന കൊച്ചിയിൽ വെളുത്തേടത്ത് വീട്ടിൽ അഗസ്റ്റിൻ മകൻ ആന്റണിയുടേയും, മാളിയക്കൽ വീട്ടിൽ ജോർജ്ജിന്റെ മകൾ ഷേർളി യുടേയും മൂത്ത മകനായി ജനനം. നിലവിൽ ടാറ്റാ ഗ്രൂപ്പിന്റെ ടാറ്റാ കൺസ്യൂമർ പ്രൊഡക്റ്റ് സിൽ (കൊച്ചി) സ്ഥിരം തൊഴിലാളിയായി ജോലി ചെയ്യുന്നു. നവമാധ്യമങ്ങളിലും കവിതകളും കഥകളും എഴുതുന്നു. അഞ്ച് പുസ്തകങ്ങൾ പ്രസിദ്ധീകരിച്ചു. കേരളത്തിലെ ആനുകാലിക എഴുത്തുകാരുടെ സാഹിത്യ കൂട്ടായ്മയായ കഥാ മിത്രത്തിന്റെ സാരഥിയും കൊച്ചിൻ സാഹിത്യ അക്കാദമിയുടെ സെക്രട്ടറിയുമാണ്. യഥാർത്ഥ നാമം റോബർട്ട് ആന്റണി .വി. തൂലികാനാമം റോബിൻ പള്ളുരുത്തി ഭാര്യ : സൗമ്യ റോബർട്ട് , മക്കൾ : ആദ്ന മേരി, ആദവ് ആന്റണി, ആർണൽ ആന്റണി. റോസ്മി, റോഷൻ എന്നിവർ സഹോദരങ്ങൾ

പ്രസിദ്ധീകരിച്ച പുസ്തകങ്ങൾ

1. തീരങ്ങൾ കഥ പറയുമ്പോൾ	(നോവൽ)
2. നിഴലായെന്നും	(നോവൽ)
3. നിമിത്തം	(കഥകൾ)
4. പറക്കുന്ന രക്തദാഹികൾ	(കഥകൾ)
5. കാവ്യഹാരം	(കവിതകൾ)
6. നിനവിൽ വിരിഞ്ഞ കനവുകൾ	(കവിതകൾ)
7. ചിതലരിക്കാത്ത ചിന്തകളിൽ	(കവിതകൾ)

മുഖവുര

റോബിൻ പള്ളുരുത്തി, എന്ന എന്നെക്കുറിച്ച് പറയുവാൻ വിശേഷണങ്ങൾ അധികമൊന്നുമില്ല. സാഹിത്യരചനകളേയും,സാഹിത്യകാരന്മാരെയും ഇഷ്ടപ്പെടുന്ന ഒരു ചെറിയ എഴുത്തുകാരൻ. വിദ്യാലയ കാലഘട്ടം സമ്മാനിച്ച എഴുത്തിനോടുള്ള ഇഷ്ടം എന്നിലെ ഭാവനയിൽ കഥകളും കവിതകളും സമ്മാനിച്ചപ്പോൾ, ഞാനവയെ കടലാസുകളിലേക്കും പുതുയുഗത്തിന്റെ സംഭാവനയായ ആനുകാലിക- ങ്ങളിലേക്കും പകർത്തിയെഴുതി. തുടർന്നുള്ള പ്രയാണത്തിൽ ഏഴ് പുസ്തങ്ങളുടെ പൂർണ്ണതയ്ക്കും പ്രസിദ്ധീകരണത്തിനും അത് വഴിയൊരുക്കി. "കഥയിലകൾ - 1" എന്ന പുസ്തകം എന്റെ മൂന്നാമത്തെ കഥാസമാഹാരമാണ്. ഞാനിതുവരെ പ്രസിദ്ധീകരിച്ച പുസ്തകങ്ങളിൽ എട്ടാമത്തേതും. സാഹിത്യരചനയിലുടെ ഞാൻ നേടിയ അഭിമാന- കരമായ നേട്ടമെന്ന് പറയാവുന്നത് മാരത്തൺ കഥാ,കവിതാരചനകളിലൂടെ ഇന്ത്യൻ ബുക്ക് ഓഫ് റെക്കോർഡ്, ഏഷ്യൻ ബുക്ക് ഓഫ് റെക്കോർഡ്, കലാം ബുക്ക് ഓഫ് വേൾഡ് റെക്കോർഡ്, കേരള ബുക്ക് ഓഫ് റെക്കോഡ് എന്നവയുടെ താളുകളിൽ എന്റെ നാമവും ഒരു പുതിയ ചരിത്രമായി കൂട്ടിച്ചേർക്കുവാൻ കഴിഞ്ഞുവെന്നതാണ്.

സാഹിത്യരംഗത്തേക്കുള്ള എന്റെ ചുവടുവെയ്പ്പിന്

വഴിതെളിച്ചത് ആനുകാലികങ്ങളായ സാഹിത്യ സൗഹൃദ കൂട്ടായ്മകളും അതിൽനിന്നും ലഭിച്ച നല്ല സൗഹൃദങ്ങളുമാണ്. എന്റെ എല്ലാ രചനകളും വായിക്കുകയും വിലയിരുത്തുകയും ചെയ്തിട്ടുള്ള അനുവാചകർക്കാണ് ഞാനെന്റെ പുസ്കങ്ങളെല്ലാം സമർപ്പിച്ചിട്ടുള്ളത് അതുകൊണ്ടുതന്നെ എന്റെ പുതിയ കഥാസമാഹാരമായ "കഥയിലകൾ - 1 " നിങ്ങളുടെ വായനയ്ക്കും അഭിപ്രായങ്ങൾക്കുമായി സമർപ്പിക്കുന്നു.

റോബിൻ പള്ളുരുത്തി

അവതാരിക

<u>കഥയിലകൾക്ക് ഒരാമുഖം</u>

കാവല്ലൂർ മുരളീധരൻ

ചിലർ എഴുതാനായി മാത്രം ജനിക്കുന്നവരാണ്, അതിലൊരാളാണ് റോബിൻ പള്ളുരുത്തി. കാലത്തിന്റെ വിരിമാറിലൂടെ പാഞ്ഞുനടന്ന് അവർ ജീവിതത്തിന്റെ മുത്തും പവിഴവും കണ്ടെത്തും. എഴുത്ത് അവർക്കൊരു ഹരമാണ്, അതവർ ഒരു ദിനചര്യപോലെ തുടരുകയും ചെയ്യും.

ഏത് വിഷയമായാലും അതിലേക്കു വായനക്കാരനെ സന്നിവേശിപ്പിക്കുക എന്നത് എഴുത്തുകാരന്റെ കടമയാണ്. ആദ്യവരി വായിക്കുമ്പോൾത്തന്നെ വായനക്കാരെ ആ എഴുത്തിലേക്ക് വലിച്ചടുപ്പിക്കുന്ന ഒരു മാന്ത്രികത റോബിന്റെ എഴുത്തുകളിലുണ്ട്.

അവനവനിലേക്ക് വന്ന് നിറയുന്ന അറിവുകൾ അവധാനതയോടെ തിരഞ്ഞെടുത്ത് അനുവാചകന് പകരുമ്പോൾ എഴുത്തുകാരൻ തന്റെ ജീവിത യാത്ര സഫലമാക്കുകയാണ്.

ഓരോ കഥയിലും ഒരായിരം ആശയങ്ങൾ. എല്ലാ കഥകളും നമ്മുടെ ജീവിതത്തോട് ചേർന്നു നിൽക്കുന്നത്. അവിടെയാണ് എഴുത്തുകാരന്റെ പ്രതിബദ്ധത നിറയുന്നത്.

റോബിനെ വായിക്കാൻ തുടങ്ങിയിട്ട് കുറച്ചു കാലമായി, ഓരോ വായനയും റോബിനെ കൂടുതൽ വായിക്കാൻ പ്രേരിപ്പിക്കുന്നു. ആശയങ്ങളുടെ ഇഴയടുപ്പങ്ങൾ ഒരു തിരമാലപോലെ വായനക്കാരന്റെ മനസ്സെന്ന തീരത്തെന്നും അലയടിച്ചു കൊണ്ടിരിക്കുന്നു. മാത്രമല്ല റോബിനെ വായിക്കുമ്പോൾ വായനക്കാരനും ഒരു എഴുത്തുകാരനാവാൻ തുടങ്ങുന്നു. അത്രയധികം ആശയങ്ങൾ റോബിൻ വായനക്കാരിലേക്ക് പകരുന്നുണ്ട്.

സമകാലിക സംഭവങ്ങളെ കഥകളാക്കാനുള്ള റോബിന്റെ കഴിവ് കഥയിലകൾ എന്ന ഈ കഥാസമാഹാരത്തിലും കാണാം. അത് ഗോപ്യമായി അവതരിപ്പിച്ചു അവസാനം വായനക്കാരൻ അതിലേക്കെത്തുമ്പോൾ അവരുടെ ചുണ്ടിൽ അറിയാതെ ഒരു പുഞ്ചിരി വിരിയും.

അപരിചിതരുടെ ഒളിത്താവളം എന്ന കഥ, നമ്മുടെയെല്ലാം ജീവിതം ഇന്നും മുൾമുനയിൽ നിർത്തിയ, നിർത്തികൊണ്ടിരിക്കുന്ന വിഷയത്തിന്റെ അതിമനോഹരമായ ആവിഷ്ക്കാരമാണ്. അവസാനം വരെ നിലനിർത്തുന്ന അത്യാകാംക്ഷ, കഥയുടെ ഒഴുക്ക് മനോഹരമാക്കിയിരിക്കുന്നു.

ഈ അപരിചിതരെ വീട്ടിൽ വരാതെ നോക്കിയാൽ നമുക്ക് ആരോഗ്യത്തോടെ ജീവിക്കാം.

തുടർകഥയെന്ന കഥ നമ്മുടെയെല്ലാം കഥതന്നെയാണ്. ഒരിക്കലും നിലക്കാത്ത അന്വേഷണങ്ങളുടെയും കണ്ടെത്തലുകളുടെയും കഥ. നിഷ നാം ഓരോരുത്തരുമാണ്, ജീവിതത്തിന്റെ തുടർ യാത്രകളിലേക്ക് കഥാകാരൻ നമ്മെ കൈപിടിച്ച് കൊണ്ടുപോകുന്നു.

ബ്രേക് ദി റൂൾസ് എന്ന കഥ ഇന്നിന്റെ യാഥാർത്ഥ്യത്തിലേക്ക് തുറന്നു പിടിച്ച കണ്ണാടിയാണ്. നാമെല്ലാം ഉൾപ്പെടുന്ന കണ്ണാടി. ഒരു നിയമവും പാലിക്കാൻ തയ്യാറാകാത്ത ഒരു ജനസഞ്ചയത്തിന്റെ കഥ. ദുരന്തങ്ങൾ വരുമ്പോൾ മാത്രം കണ്ണ് തുറന്നു കാറിക്കരയുന്ന ജനതയുടെ കഥ. ജനങ്ങൾ വായിച്ചു കണ്ണുകൾ തുറക്കും എന്ന് നമുക്ക് വിശ്വസിക്കാം.

തുടരുന്ന യുദ്ധങ്ങളുടെ പരിണിത ഫലമാണ് പലായനങ്ങൾ. ജീവിക്കാൻ വേണ്ടി രക്ഷാകേന്ദ്രങ്ങൾ തേടി പോകുന്നവരാണ് മലയാളികൾ, എന്നാൽ അറിയാതെ പൊട്ടിപ്പുറപ്പെടുന്ന യുദ്ധങ്ങൾ അവരുടെ ജീവിതമാണ് തകർത്തെറിയുന്നത്. അത്തരക്കാരുടെ കഥ നന്നായി അവതരിപ്പിച്ച

കഥയാണ് പലായനങ്ങൾ. നടുക്കടലിൽ പുതിയ രക്ഷാതീരം തേടി ജീവിതം തീർന്നുപോയ ഹത ഭാഗ്യരായ മനുഷ്യർ, അതിനിടയിലും രക്ഷയുടെ ചൂളംവിളി നമുക്ക് പ്രത്യാശ നൽകുന്നു.

ഉത്തരമില്ലാത്ത ചോദ്യങ്ങൾ പേറി നടക്കുന്നവരാണ് നാം ഓരോരുത്തരം. എല്ലാ ചോദ്യങ്ങൾക്കും ഉത്തര ങ്ങൾ വേണമെന്നില്ല, എന്നാൽ ആ ചോദ്യങ്ങൾ ഒരു വേവലാതിയായി നമ്മെ പിന്തുടർന്നുകൊണ്ടിരിക്കും. സ്കൂൾ വിട്ടിട്ട് വർഷങ്ങളായെങ്കിലും തന്നെ ക്ലാസ്സി ൽനിന്ന് പുറത്താക്കിയത് എന്തിനു എന്നതിന് ഉത്തരം തേടി നടക്കുന്ന ശാലിനി, ഓർമ്മകൾ നഷ്ടമായ അദ്ധ്യാപകൻ. അതി മനോഹരമായ ഒരു കഥയാണിത്. എന്റെ തലയിലും ഒരുപാട് ചോദ്യങ്ങൾ ഉണ്ട്, ഉത്തരങ്ങൾ ഉണ്ടോ, കിട്ടുമോ, അറിയില്ല.

വേഗത, അതിവേഗത, അത് തുറക്കുന്നത് മരണത്തി ലേക്കുള്ള വഴികളാണ്. ഇന്നത്തെ കാലത്ത് സൂപ്പർ ബൈക്കില്ലാതെ ഒരു ചെറുപ്പക്കാരനും ജീവിക്കാ നാവില്ല. അച്ഛനമ്മമാരെ സമ്മർദ്ദത്തിലാക്കി അവർ നേടിയെടുക്കുന്ന പുതിയ വേഗങ്ങൾ അവരെ വേഗത്തിൽ മറ്റൊരു ലോകത്ത് എത്തിക്കുന്നു. കുട്ടികൾക്ക് സമ്മാനങ്ങൾ കൊടുക്കാമെന്ന് പറയു മ്പോൾ അവരുടെ സുരക്ഷയാണ് പ്രധാനമെന്ന് നാം

മറക്കരുതെന്ന് വേഗത എന്ന ഈ കഥയിലൂടെ കഥാകാരൻ ഓർമ്മിപ്പിക്കുന്നു.

നാട്ടിൽ അനുദിനം നടന്നുകൊണ്ടിരിക്കുന്ന കഥ യാണ് മോർഫിങ്ങ്. ഒരുപാട് മനോരോഗികളാണ് നമുക്ക് ചുറ്റും, എന്നാൽ അവർ തകർക്കുന്നത് വളരെയേറെ ജീവിതങ്ങളും. എന്തായാലും ചതിയുടെ രൂപം തിരിച്ചറിഞ്ഞ ഭർത്താവ് നിയമത്തിന്റെ വഴിയേ നീങ്ങിയതിനാൽ അവർക്ക് ജീവിതം നഷ്ട്ടമായില്ല. ഇത്തരം കിങ്കരമാരെ സൂക്ഷിക്കണെമെന്നും എന്നാൽ ഇതിലൊന്നും വഴിപ്പെട്ട് സ്വന്തം ജീവിതം തകർക്കാതെ സമചിത്തതയോടെ ജീവിതത്തെ നേരിടണമെന്ന സന്ദേശവും കഥയിലുണ്ട്.

അനധികൃത കെട്ടിടങ്ങൾ കോടതി വിധിയോടെ തകർപ്പെട്ടതിന്റെ അതിമനോഹരമായ എഴുത്താണ് "തകർന്ന സ്വപ്നങ്ങൾ" എന്ന കഥ. അനധികൃത കെട്ടിടം തന്നെ തന്റെ കഥ പറയുമ്പോൾ അത് എഴുത്തിന്റെ വേറിട്ട മുഖമാകുന്നു. എന്നാൽ സത്യം സത്യം തന്നെയാണ്. തീരപരിപാലനം അവഗണിച്ചു മുന്നേറുന്ന അധികാരത്തിന്റെ ചിഹ്നങ്ങളാണ് തകർക്കപ്പെട്ടത്. വായനക്കാരന്റെ മനസ്സിലേക്ക് ഇരച്ചു കയറുന്ന അനുഭവമാണ് ഈ കഥ.

ഒരു രോഗം ലോകത്തെ കീഴ്മേൽ തന്നെ മറച്ചു . അതിലേക്കുള്ള ഒരു എത്തിനോട്ടമാണ് "ബെൻസ്" എന്ന കഥ. ആഡംബരവും പ്രൗഢിയും തേടുന്ന മനുഷ്യർ എന്തും വിറ്റുതുലച്ചും ലോൺ എടുത്താ യാലും അത് നേടിയിരിക്കും. എന്നാൽ പ്രകൃതി നമുക്കായി ചിലതൊക്കെ കരുതി വെച്ചിട്ടുണ്ട് അത് മുന്നിലേക്ക് വരുമ്പോൾ മനുഷ്യർ അവരുടെ നിസ്സഹായ അവസ്ഥ മനസിലാക്കുന്നു. പുതിയ ബെൻസ് കാറ് കിട്ടിയിട്ടും പുറത്തിറക്കാനാവാത്ത അവസ്ഥ, ജീവിതത്തിൽ എല്ലാമുണ്ടായിട്ടും ഒന്നും ചെയ്യാനാവാത്ത മനുഷ്യരുടെ അവസ്ഥ തുറന്നു കാട്ടുന്നു. തികച്ചും വ്യത്യസ്തമായ കഥ.

മരണവും വിജയവും ഒരേ മാലകൊണ്ട് തീർത്ത വരവേൽപ്പ് എന്ന കഥ ചിലതെല്ലാം ഉറക്കെ വിളിച്ചു പറയുന്നുണ്ട്. ഒരേ മാല മൃതദേഹത്തിലും വിജയി ക്കുന്നവന്റെ കഴുത്തിലും അണിയിക്കുമ്പോൾ ഇന്നത്തെ കാലത്തിലൂടെയാണ് നാം കടന്നുപോകു ന്നത്. എന്തും എവിടെയും ഉപയോഗപ്പെടുത്തുക എന്ന രാഷ്ട്രീയക്കാരന്റെ തത്വങ്ങളും നാമിവിടെ കാണുന്നു. സമൂഹത്തിന്റെ ഹൃദയത്തിലേക്ക് ഇറങ്ങിച്ചെല്ലുന്നതാണ് ഈ കഥ.

൭

കഥാകാരന്റെ സാമൂഹിക നിരീക്ഷണങ്ങൾ അതിനെ കുറിച്ചുള്ള വിചിന്തനങ്ങൾ എല്ലാം ഓരോ കഥ കളിലും പടർന്നു കിടക്കുന്നു.

ഓരോ കഥയിലും തീക്ഷണമായ സന്ദേശങ്ങളുണ്ട്, ഓരോ വായനയും നമ്മിൽ നന്മകൾനിറക്കാനുള്ള താണല്ലോ. കഥകൾ നമ്മൾ ഓരോരുത്തരിലൂടെയും കടന്നുപോകുമ്പോൾ നമ്മളിൽ കൂടുതൽ ഉണർവും, ഉത്സാഹവും, നിർമ്മലതയും നിറയുന്നു.

റോബിൻ പള്ളുരുത്തിയുടെ "കഥയിലകൾ - 1" എന്ന കഥാസമാഹാരം മലയാള സാഹിത്യ ശാഖക്ക് ഒരു മുതൽക്കൂട്ടാണ്.

കാവല്ലൂർ മുരളീധരൻ

കഥയിലകൾ - 1

കഥാസമാഹാരം

റോബിൻ പള്ളുരുത്തി

RP

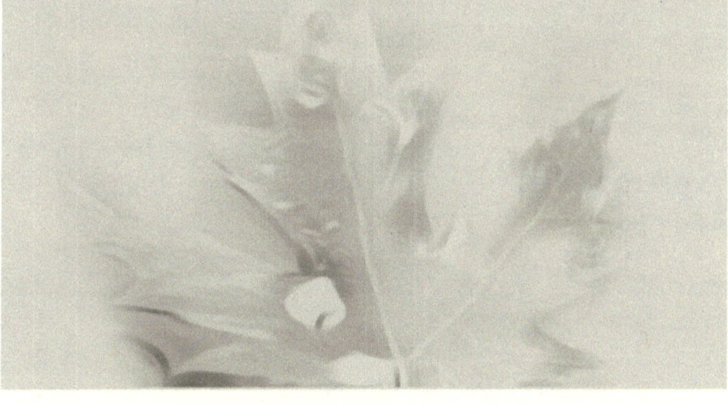

KADHAYILAKAL

Catagory : Short stories
Language : Malayalam
Author : Robin Palluruthy
Address : Veluthedathu House
Pai Road
Perumpadappu
Palluruthy P.O
Eranakulam
pin : 682006
Mob : 9846076701

First published in : 01/09/2022
Published by : RP
Address : K.P.K Menon Road
Willingdon Island
Kochi
Eranakulam
Pin : 682003
Mob : 7907383303

Coverpage Design : Robert Antony
Editing : Robin palluruthy

1

അപരിചിതരുടെ ഒളിത്താവളം

കാറ്റിന്റെ താളത്തിൽ പൊങ്ങിയും താണും അനുവാദമില്ലാത ഗെയ്റ്റ് കടന്നുവരുന്ന ചില അപരിചിതരെക്കണ്ടതും കറുമ്പൻ നായ അവരെത്തന്നെ സൂക്ഷിച്ചു നോക്കി.

" ഇതെന്താ സാധനം .. ദേഹം മുഴുവൻ മുള്ളുകളുണ്ടല്ലോ ? ചക്കയോ മറ്റോ ആണോ ? ഏയ് അങ്ങനെ വരാൻ വഴിയില്ല. ചക്കയ്ക്ക് ഇതിലും വലിപ്പമുണ്ട് ഇനി ചക്കക്കുരുവാകുമോ .? അതിനും സാധ്യത കുറവാണ് അതിങ്ങനെ പറന്നു നടക്കില്ല മുള്ളുകളും ഉണ്ടാവില്ല.

പിന്നെ ഇവന്മാരൊക്കെ ആരാ ?
വരവ് കണ്ടാൽത്തോന്നും ജോലിക്ക് പോയിട്ട് സ്വന്തം വീട്ടിലേക്ക് മടങ്ങി വരുന്നതാണെന്ന്. പക്ഷെ ഇവന്മാർ കൂട്ടത്തോടെയാണല്ലോ വരവ്. എന്തായാലും ആരാണെന്ന് ചോദിച്ചിട്ടുതന്നെ കാര്യം "

കറുമ്പൻനായ അപരിചിതർക്കു മുന്നിൽ ചെന്നുനിന്ന് ചോദ്യഭാവത്തോടെ അവർക്ക് മാർഗ്ഗതടസം സൃഷ്ടിച്ചു .

" അല്ലാ ഇതെവിടേയ്ക്കാ എല്ലാവരും കൂടി പ്രകടനമായിട്ട് ? നിങ്ങളൊക്കെ ആരാ ? എവിടെ നിന്നും വരുന്നു ?"

കറുമ്പന്റെ ചോദ്യം കേട്ട് അവരുടെ നേതാവെന്ന് തോന്നിക്കുന്ന ഒരു കുഞ്ഞൻ പച്ചമുള്ളുകാരൻ അവനുള്ള ഉത്തരവുമായി മുന്നോട്ട് വന്നു.

"ഞങ്ങൾ കുറച്ചകലേനിന്നും വരികയാ. നാട്ടിലുള്ള എല്ലാ വീടുകളും ഞങ്ങൾ സന്ദർശിക്കുന്നുണ്ട്. അതിന്റെ ഭാഗമായി ഇവിടേയും വന്നെന്നുമാത്രം. ഇവിടുത്തെ താമസക്കാരെ ഒന്നുകാണണം. പരിചയപ്പെടണം. പിന്നേ.. അവരുടെ പരിചയക്കാരേയും."

"അതു കൊള്ളാല്ലോ ...? മനുഷ്യർക്ക് കാണാൻ പറ്റാത്തത്രയും ചെറുതായ നിങ്ങൾ എങ്ങനെയാണ് അവരെ പരിചയപ്പെടുന്നത് ? അല്ലാ ... എന്തിനാണ് പരിചയപ്പെടുന്നത് ?"

കറുമ്പന്റെ ചോദ്യം കേട്ടതും നേതാവിന്റെ പുറകിൽ നിന്നിരുന്ന മറ്റൊരു കുഞ്ഞൻ പച്ചമുള്ളുകാരൻ അക്ഷമയോടെ പറഞ്ഞു തുടങ്ങി.

" ആശാനെ ... ഇവനോടൊക്കെ എന്തിനാ മറുപടി പറയുന്നത് ? നമ്മുടെ നാട്ടിലായിരുന്നെങ്കിൽ പണ്ടേതന്നെ ഇവനേയും ഇവന്റെ കൂട്ടുകാരെയും മനുഷ്യർ തല്ലിക്കൊന്ന് ചുട്ടുതിന്നേനേ. വാ നേതാവേ നമുക്ക് നമ്മുടെ പണി തുടങ്ങാം. "

കുഞ്ഞന്മാരിൽനിന്നും തനിക്ക് കിട്ടിയ ഉത്തരത്തിന് മറുപടി പറയുന്നതിന്ന് മുൻപുതന്നെ കറുമ്പനെ മറികടന്ന് അതിവേഗത്തിൽ കുഞ്ഞൻ ജീവികൾ തുറന്നു കിടന്ന വാതിലിലൂടെ വിടിനകത്തേക്ക് കയറിപ്പോയി. അവർ പോയവഴിയേ കറുമ്പനും അവരെ തിരഞ്ഞ് ചെന്നങ്കിലും അവിടെയെങ്ങും കുഞ്ഞൻന്മാരുടെ പൊടിപോലും അവന് കാണാൻ കഴിഞ്ഞില്ല ...

" എന്നാലും, ഇവന്മാർരെല്ലാം എവിടെപ്പോയി ഒളിച്ചു ? എന്തായാലും അവന്മാർ തന്നെക്കണ്ട് പേടിച്ചിട്ടുണ്ടെന്നുള്ളത് ഉറപ്പാണ് അല്ലെങ്കിൽപ്പിന്നെന്തിനാ അകത്തു കയറി ഒളിച്ചിരിക്കുന്നത്. എന്തായാലും അവന്മാർക്ക് പുറത്തേക്ക് വരുമല്ലോ ? അന്നേരം ഈ കറുമ്പനാരാണെന്ന് അവന്മാർക്ക് കാണിച്ചു കൊടുക്കണം ... "

കറുമ്പൻ അകത്തേക്ക് നോക്കി കുരച്ചുകൊണ്ട്
വാതിൽക്കൽത്തന്നെ ഇരുപ്പുറപ്പിച്ചു...
സമയം ഉച്ചയായതും തനിക്കുള്ള ഭക്ഷണവുമായി
വരുന്ന യജമാനനെ കണ്ട് ഉത്സാഹത്തോടെ
അവനദ്ദേഹത്തിന്റെ അടുത്തേക്ക് ഓടിച്ചെന്നു-
വെങ്കിലും പതിവില്ലാത്ത രീതിയിൽ തന്റെ
യജമാനൻ ചുമയ്ക്കുന്നത് കേട്ടതും
സംശയത്തോടെ അവനൽപ്പം മാറിനിന്നുകൊണ്ട്
അദ്ദേഹത്തേ സൂക്ഷിച്ചുനോക്കി.

അപ്പോഴാണ് താൻ വളരെനേരമായി അന്വേഷിച്ച്
നടന്നിരുന്ന അപരിചിതരുടെ ഒളിത്താവളം
എവിടെയായിരുന്നുവെന്ന സത്യം കറുമ്പന്
മനസ്സിലായത്.

*****

2

തുടർക്കഥ

"മാഡം സ്ഥലമെത്തി. "

ഡ്രൈവറുടെ ശബ്ദംകേട്ടതും നിഷ ഉറക്കത്തിൽ നിന്നും ഞെട്ടിയുണർന്നു.

" ചെറിയൊരു മയക്കത്തിനിടയിൽ എത്ര വേഗമാണ് തന്റെ മനസ്സ് കുതിച്ചു പായുന്ന കുതിരയെപ്പോലെ സഞ്ചരിക്കുന്ന കാലചക്രത്തെ ഭൂതകാലത്തിലേക്ക് തിരിച്ചുകൊണ്ടുപോയത് ?. വർഷങ്ങൾക്ക് ശേഷം താൻ വീണ്ടും പിറന്ന മണ്ണിൽ തിരിച്ചെത്തിയിരിക്കുന്നു. ഒരു പക്ഷെ ഇത് തന്നെയാകുമോ തന്റെ ജന്മദേശം? അറിയില്ല. അതാണ് സത്യം. എന്നിരുന്നാലും ഓർമ്മവെച്ച നാൾമുതൽ താനിവിടത്തെ ഒരാളായിരുന്നു. അതുകൊണ്ടുതന്നെ, ഇത് താൻ വളർന്ന മണ്ണാണ്. തന്റെ ജീവിതത്തിലുണ്ടായ ഓരോ ഉയർച്ചയ്ക്കും താഴ്ച്ചയ്ക്കും ഇവിടത്തെ മണ്ണും മരങ്ങളും സാക്ഷികളാണ്. "

നിഷ കാറിന്റെ വാതിൽ തുറന്ന് പുറത്തിറങ്ങി. മുന്നിൽ അടഞ്ഞു നിൽക്കുന്ന കവാടത്തിന് മുകളിലായി എഴുതിയിരിക്കുന്ന നാമത്തിലേക്ക് മുഖമുയർത്തി നോക്കി ..

" സെന്റ് അലോഷ്യസ് ഓർഫനേജ് . പറക്കുവാൻ ചിറക് മുളക്കുന്നതു വരെ തനിക്ക് തുണയായി നിന്ന തണൽ മരം."

അവൾ മുന്നിൽ അടഞ്ഞുകിടക്കുന്ന ഗെയ്റ്റിന്റെ അഴികളിൽ പിടിച്ചു കൊണ്ട് അകത്തേക്ക് നോക്കി.

"തനിക്ക് വന്നിട്ടുള്ള മാറ്റങ്ങൾ പോലെതന്നെ ഓർഫനേജിനും മാറ്റങ്ങൾ വന്നിരിക്കുന്നു. പണ്ട് ഗബ്രിയേലച്ചൻ നട്ടുപിടിപ്പിച്ച , മാവും, പേരയും പരിചിതമായ മുഖം കണ്ടതുപോലെ തന്നെ നോക്കിക്കൊണ്ട് ഇളംകാറ്റിൽ ചില്ലകൾവിശി കാണിക്കുന്നു ... മറവിയെന്നത് മനുഷ്യർക്കല്ലെ ഉള്ളു .. ഒരുപക്ഷെ മരങ്ങൾക്കതില്ലായിരിക്കും അതുകൊണ്ടുതന്നെ അവർക്ക് തന്നെ മനസ്സിലായിട്ടുണ്ടാവാം. "

" അരാ ? കുട്ടി ഏതാ, ആരെക്കാണാനാണ് വന്നത് ?"

വാർദ്ധക്യത്തിന്റെ വിറയൽ കലർന്ന ശബ്ദം കേട്ട് അവൾ തന്റെ മുന്നിൽ നിൽക്കുന്ന വൃദ്ധനിലേക്ക് നോക്കി. കാലംനൽകിയ സമ്മാനം പോലെ ജരാനരകൾ തിങ്ങിയ ആ മനുഷ്യരൂപത്തെ കണ്ടതും അവളുടെ മനസ്സ് മന്ത്രിച്ചു.

"രാഘവേട്ടൻ .... കാലമെത്രകഴിഞ്ഞാലും തനിക്കീ മുഖം മറക്കാൻ കഴിയില്ല ... "

" നല്ല മുഖപരിചയം തോന്നുന്നു ... മോളേതാ ?"

"രാഘവേട്ടന് .. എന്നെ മനസ്സിലായില്ലേ ?"

"പ്രായമേറെയായില്ലെ കുട്ടീ ... കാഴ്ചയും , ഓർമ്മയും കുറഞ്ഞുതുടങ്ങി അതുകൊണ്ട് ആരെയും അങ്ങട് മനസ്സിലാകണില്യാ.."

"രാഘവേട്ടാ ഞാൻ ... ഞാൻ രാഘവേട്ടന്റെ നിഷമോളാണ് "

"നിഷയോ ... നീ എന്തിനാകുട്ടി ഗബ്രിയേലച്ചൻ പറഞ്ഞതുകേൾക്കാതെ ഇവിടെ നിന്നും പോയത് ? ഗബ്രിയേലച്ചൻ നിന്നെ എവിടെയെല്ലാം അന്വേഷിച്ചുവെന്ന് നിനക്കറിയാമോ ? എവിടെ നിന്റെ ഭർത്താവ് .... ? കൂടെ വന്നിട്ടുണ്ടോ ?"

" രാഘവേട്ടാ, ഞാനെടുത്ത തീരുമാനങ്ങളെല്ലാം താറ്റായിരുന്നുവെന്ന് മനസ്സിലാക്കുവാൻ എനിക്ക് കഴിഞ്ഞില്ല. മനസ്സിലാക്കിയപ്പോഴേക്കും എനിക്ക് സ്വന്തമായിരുന്ന പലതും നഷ്ടമായിക്കഴിഞ്ഞിരുന്നു.

ഞാൻ വിശ്വസിച്ച എന്നെ പ്രണയിച്ച അതേ വ്യക്തിതന്നെ എന്നെ ചതിച്ചു. അയാൾ വിവാഹിതനാണെന്നുള്ളകാര്യം വളരെ വൈകിയാണ് ഞാനറിഞ്ഞത്.. പിന്നെ എന്ത് ചെയ്യണമെന്ന് നിശ്ചമുണ്ടായിരുന്നില്ല. ഈ അനാഥാലയത്തിന്റെ തണലിൽ നിന്നുകൊണ്ട് ഞാൻ നേടിയ ബിരുദം മാത്രമയിരുന്നു ആകെയുണ്ടായിരുന്ന സമ്പാദ്യം.. ഇന്നെനിക്ക് സമ്പത്തുണ്ട് , പേരുണ്ട് , പ്രതാപമുണ്ട് അതിനായി ഞാൻ സഞ്ചരിക്കാത്ത വഴികളില്ല പരിചയപ്പെടാത്ത വ്യക്തിത്വങ്ങളില്ല , മനസ്സിലാക്കാത്ത മുഖങ്ങളില്ല. ഇന്നത്തോടെ ഞാനെല്ലാം നിർത്തുകയാണ്. ഇനിയൊരു വിശ്രമം. അത് ... അത്യാവശ്യമാണ് അതിനായാണ് ഞാൻ തിരിച്ചുവന്നത്. എനിക്ക് ഗബ്രിയേലച്ചനെ കണ്ട് മാപ്പ് ചോദിക്കണം ..."

"മോളെ ... അതിനിനി കഴിയുമെന്ന് തോന്നുന്നില്ല. അച്ചൻ വിടപറഞ്ഞിട്ട് ഇപ്പോൾ രണ്ട് വർഷമായി ... മരിക്കുന്നതിന് മുൻപും അദ്ദേഹത്തിന് നിന്നെ കാണണമെന്ന അതിയായ ആഗ്രഹമുണ്ടായിരുന്നു. നിന്നോടെന്തോ പറയാനുണ്ടായിരുന്നതുപോലെ .. അതുകൊണ്ടാവാം നിന്റെയീ തിരിച്ചുവരവ് മുന്നിൽ കണ്ടതുപോലെ, നീ വരുമ്പോൾ നൽകണമെന്ന് പറഞ്ഞ് അദ്ദേഹത്തിന്റെ ഡയറി എന്നെ ഏല്പിച്ചത്. "

നിഷ അത്ഭുതത്തോടെ ഗെയ്റ്റ് തുറന്ന് ആ വൃദ്ധന്റെ പിന്നാലെ സെക്യൂരിറ്റി റൂമിലേക്ക് നടന്നു. അവൾ മുറിയുടെ വാതിക്കൽ എത്തിയപ്പോഴേക്കും അയാൾ തന്റെ തുരുമ്പിച്ച തകരപ്പെട്ടിയിൽ സൂക്ഷിച്ചിരുന്ന ഗബ്രിയേലച്ചന്റ ഡയറി പുറത്തെടുത്തു കഴിഞ്ഞിരുന്നു.

"മോളെ നീ പലപ്പോഴായി അച്ചനോട് ചോദിച്ചിരുന്ന ചോദ്യത്തിനുള്ള ഉത്തരമാണ് ഇതിലുള്ളത്. അതെന്താണെന്ന് ഈ രാഘവേട്ടനറില്ല. ഒരുപക്ഷെ, ഇത് നിന്നെ ഏൽപ്പിക്കാനാവാം അച്ചൻ നിന്നെ അന്വേഷിച്ചത്. "

ആ വൃദ്ധന്റെ വിറക്കുന്ന കൈകളിൽ നിന്നും ഡയറി വാങ്ങിയ നിഷ, അത് മെല്ലെ തുറന്ന് അതിനുള്ളിൽ മനോഹരമായ കൈപ്പടയിൽ എഴുതിയിരിക്കുന്ന അക്ഷരങ്ങൾ വായിച്ചു..

"പ്രിയപ്പെട്ട നിഷമോൾക്ക് ,

ഇന്ന് നിന്റെ അമ്മ എന്നെ കാണുവാൻ വന്നിരുന്നു. നിന്നെ കൂട്ടിക്കൊണ്ടുപോകുവാനാണ് വന്നത്. പക്ഷെ,എനിക്കവരോട് പറയുവാൻ ഉത്തരമില്ലായിരുന്നു. .

കാരണം നീ നിന്റെ ജീവിതം തെരഞ്ഞെടുത്ത് ഇവിടെ നിന്നും പോയിക്കഴിഞ്ഞിരുന്നല്ലോ ? ഇന്നു മുതൽ നീ അനാഥയല്ല . നീയെന്നോട് പലപ്പോഴായി ചോദിച്ചിട്ടുള്ള നിന്റെ അമ്മയുടെ മേൽവിലാസം താഴെക്കുറിക്കുന്നു. എന്നെങ്കിലും നീയിത് കാണുവാനിടയായാൽ നിന്റെ അമ്മയെ ചെന്ന് കാണുവാൻ മടിക്കരുത്. കാരണം അവർക്ക് നീയും നിനക്ക് അവരും മാത്രമാണ് ഇന്നീ മണ്ണിൽ തുണയായുള്ളത്. എന്റെ പ്രാർത്ഥനയും ദൈവത്തിന്റെ അനുഗ്രവും നിനക്കൊപ്പം എന്നുമുണ്ടാകും

എന്ന്

ഗബ്രിയേലച്ചൻ."

" രാഘവേട്ടാ ഞാൻ എന്റെ യാത്ര ഇവിടെ പൂർത്തിയാക്കാനാണ് വന്നത് പക്ഷെ ഞാൻ യാത്രതുടരുകയാണ്. മറ്റൊരു ലക്ഷ്യത്തിനായി , ഒരുദിവസമെങ്കിലും അമ്മയുടെ സ്നേഹമേറ്റു വാങ്ങുവാൻ , ഞാൻ അനാഥയല്ലെന്ന് തെളിയിക്കുവാൻ . "

തന്റെ മുന്നിൽ നിൽക്കുന്ന രാഘവേട്ടന്റെ മുഖം അവളുടെ നിറഞ്ഞ മിഴികൾ,അവ്യക്തമാക്കുന്നുണ്ടായിരുന്നെങ്കിലും, വിറക്കുന്ന ശബ്ദത്തോടെ അവൾ അയാളോട് യാത്ര പറഞ്ഞുകൊണ്ട് പുറത്തേക്ക് നടന്നു. അപ്പോഴേക്കും അവളുടെ മടങ്ങിവരവ് പ്രതീഷിച്ചിരുന്നതുപോലെ യാത്രയ്ക്ക് തയ്യാറാക്കിയ കാറുമായി ഡ്രൈവർ പുറത്ത് കാത്തുനിൽക്കുന്നുണ്ടായിരുന്നു.

****

3

BREAK THE RULES

നഗരമദ്ധ്യത്തിലുള്ള പ്രധാനവഴിയുടെ അറ്റകുറ്റപണി നടക്കുന്നതിനാൽ വാഹന ഗതാഗതം ഒരു വശത്ത് മാത്രമായി ക്രമീകരിച്ചിരിക്കുകയാണ്. അതിനാൽത്തന്നെ മോഹനന്റെ മുന്നിൽ അക്ഷമയോടെ കാത്തു നിൽക്കുന്ന വാഹനങ്ങളുടെ നീണ്ട നിരയുടെ ദൈർഘ്യവും ഹോൺ ശബ്ദവും അനുനിമിഷം വർദ്ധിച്ചുകൊണ്ടിരുന്നു.

"ഈ നശിച്ച റോഡ്പണി . ഇതെന്നാണാവോ തീരുന്നത് ? അതെങ്ങനെയാ . റോഡിന്റെ പണി തീർന്നാലുടനെ , അത് കുത്തിപ്പൊളിക്കാൻ കേബിളുകരോ, ജലവിതരണ ജീവനക്കാരോ ആയുധങ്ങളുമായെത്തും. പിന്നെ പുതുക്കി പണിത വഴിയുടെ കാര്യം പറയണ്ടല്ലോ ? എത്ര നാളായി ഈ പൊളിക്കലും , പുതുക്കിപ്പണിയലും തുടങ്ങിയിട്ട് ? ജനങ്ങൾ നികുതിയായി നൽകുന്ന പണം എങ്ങനെയെങ്കിലും ചിലവഴിക്കുവാൻ ചിലർ കാട്ടിക്കൂട്ടുന്ന വികൃതികളാകും ഇതെല്ലാം. പക്ഷെ ഇതിന്റെ ദുരിതങ്ങൾ അനുഭവിക്കുന്നതോ ? യാത്രക്കാരായ പാവം ജനങ്ങളും , ഗതാഗത നിയന്ത്രണത്തിന് നിയോഗിച്ചിരിക്കുന്ന തന്നെ പോലുള്ള പോലീസുകാരുമാണ്."

തിരക്കിനിടയിലൂടെ പാഞ്ഞുവരുന്ന ആംബുലൻസിന്റെ നിലയ്ക്കാത്ത ശബ്ദമാണ് മോഹനനെ ചിന്തകളിൽ നിന്നും ഉണർത്തിയത്..

"108 ആംബുലെൻസാണ്. ഏതെങ്കിലും കൊറോണ രോഗിയുമായി വരുന്നതാവാം." അയാൾ മനസ്സിൽ പറഞ്ഞു.

വരിതെറ്റിച്ച് നിർത്തിയിട്ടിരിക്കുന്ന വാഹനങ്ങൾ ഒതുക്കി നിർത്തുവാൻ ആവശ്യപ്പെട്ടുകൊണ്ട് മോഹനൻ ആംബുലൻസിന് പോകുവാനുള്ള വഴിയൊരുക്കി കൊടുത്തു. തകർന്നു കിടന്ന വഴിയിലൂടെ പൊടിപറത്തിക്കൊണ്ട് ആംബുലൻസ് പാഞ്ഞുപോയതിന് പിന്നാലെയായി തുറന്നുകിട്ടിയ വഴിയുടെ ആനുകൂല്യം മുതലെടുത്തതുപോലെ ഏതാനും ഇരുചക്ര വാഹനങ്ങളും അതിന് പിന്നാലെയായി കുതിച്ചുപാഞ്ഞു.

"എന്താ സാറെ ഇത് ? എത്ര നേരമായി ഞങ്ങളെല്ലാവരും വാഹനങ്ങൾ നിർത്തിയിട്ടിട്ട്?"

ടാക്സി ഡ്രൈവറുടെ ചോദ്യം കേട്ട് മോഹനൻ അയാൾക്കരികിലേക്ക് ചെന്നു.

"ദേഷ്യപ്പെട്ടിട്ടും അക്ഷമനായിട്ടും ഒരു കാര്യവുമില്ല സഹോദരാ ... ഒരു വശത്ത് റോഡിന്റെ അറ്റകുറ്റ പണികൾ നടക്കുകയാണ്. അതു കൂടാതെ ഇവിടെ അടുത്തൊരു ജ്വല്ലറി ഉത്ഘാടനത്തിന് ഏതോ വി.ഐ.പി വരുന്നുമുണ്ട് അതിന്റെ തിരക്കാണ് ഈ കാണുന്നതെല്ലാം . "

"എന്റെ പൊന്നു സാറെ , ഈ തകർന്ന വഴിയിലൂടെ വണ്ടിയോടിച്ച് കിട്ടുന്ന വരുമാനത്തിൽ പകുതിയും വർക്ക് ഷോപ്പിൽ കൊടുക്കാനെ തികയുന്നുള്ളു. ലോക്ഡൗണിൽ ഓട്ടം കുറവായതു കാരണം, ഡീസലടിക്കുവാനുള്ള പണം പോലും പല ദിവസങ്ങളിലും കിട്ടിയിരുന്നില്ല. ഇന്നാണ് കുറേ നാളുകൾക്ക് ശേഷം നല്ലൊരു ഓട്ടം കിട്ടിയത്. അതും പെരുവഴിയിലാകുമെന്നാണ് തോന്നുന്നത്. പിന്നെ, എന്നാണ് സാറേ നമ്മുടെ നാട്ടിലെ റോഡ് പണി തീർന്നിട്ടുള്ളത് ? പണവും അധികാരവും ഉണ്ടെങ്കിൽ ഇവിടെ എന്തുമാകാല്ലോ ?"

അയാൾ പിന്നിലേക്ക് തിരിഞ്ഞ് കാറിലിരിക്കുന്ന വിദേശ വനിതയെ നോക്കിക്കൊണ്ട് വീണ്ടും തുടർന്നു ...

"ദേ ... കണ്ടില്ലേ ..? എന്റെ വണ്ടിയിലിരിക്കുന്ന അമേരിക്കൻ മദാമ്മയ്ക്ക് ഇതെല്ലാം കണ്ടിട്ട് അതിശയമാണ്. അവർ ഫോണിലെ ക്യാമറയിൽ കുറേ ചിത്രങ്ങൾ എടുത്തു കൂട്ടിയിട്ടുണ്ട്. അധികം വൈകാതെ തന്നെ ദൈവത്തിന്റെ സ്വന്തം നാടെന്ന തലക്കെട്ടോടെ ഈ ചിത്രങ്ങളെല്ലാം സാമൂഹ്യമാധ്യമങ്ങളിൽ നിറയുന്നത് നമ്മൾ കാണേണ്ടിവരും. അല്ല , ഇതെല്ലാം സാറിനോട് പറഞ്ഞിട്ടെന്താ കാര്യം ?"

വാഹനങ്ങൾ പതുക്കെ ചലിക്കാൻ തുടങ്ങിയതും സംസാരം അവസാനിപ്പിച്ചു കൊണ്ട് ഡ്രൈവർ കാർ മുന്നോട്ടെടുത്തു.

" അയാൾ പറഞ്ഞ് ശരിയാണ്. പണമുള്ളവന്റെ കൂടെയാണ് ഇവിടത്തെ അധികാരങ്ങളും, സ്വാധീനങ്ങളും. അതുകൊണ്ടാണല്ലോ നാട്ടിലെ പ്രമുഖനായ നേതാവിന്റെ മകനെ മദ്യപിച്ച് വാഹമോടിച്ചതിന്റെ പേരിൽ ശകാരിച്ച് പിഴ ചുമത്തിയതിന്റെ അനന്തരഫലമായി തനിക്ക് ട്രാഫിക്കിലേക്ക് സ്ഥലം മാറ്റം കിട്ടിയിയത്. "

മോഹനൻ ആത്മഗതം പറഞ്ഞു കൊണ്ട് വീണ്ടും കർമ്മനിരതനായി .

പെട്ടെന്നാണ് നിർത്തിയിട്ടിരിക്കുന്ന വാഹനങ്ങൾക്കിടയിൽ നിന്നും ശരവേഗത്തിൽ ഒരു ബൈക്ക് കുതിച്ചെത്തിയത്. അതിലുണ്ടായിരുന്ന യുവാക്കൾ വാഹനം നിർത്തുവാനുള്ള സിഗ്നൽ ലംഗിച്ചുകൊണ്ട് മുന്നോട്ട് പാഞ്ഞതും വളവ് തിരിഞ്ഞ് വന്ന ചരക്കുലോറിയുമായി കൂട്ടിയിടിച്ചതുമെല്ലാം ക്ഷണനേരം കൊണ്ടായിരുന്നു.

ഇടിയുടെ ശബ്ദം നാലുപാടും മുഴങ്ങി. വഴിയുടെ ഇരുവശങ്ങളിലുമുള്ള തണൽ മരങ്ങളിൽ വിശ്രമിച്ചിരുന്ന കാക്കകൾ കൂട്ടത്തോടെ കരഞ്ഞുകൊണ്ട് ഉയർന്നുപൊങ്ങി. ഭക്ഷണം തേടി അലഞ്ഞുനടന്നിരുന്ന തെരുവ് നായകൾ കുരച്ചുകൊണ്ട് സംഭവസ്ഥലത്തേക്ക് ഓടിയടുത്തു.

സംഭവിച്ചതെന്താണെന്ന് മനസ്സിലായതും മോഹനൻ അവിടേയ്ക്ക് ഓടി .

സംഭവസ്ഥലം രക്തവർണ്ണമായി മാറിയിരിക്കുന്നു. ബൈക്കിൽ യാത്ര ചെയ്തിരുന്ന രണ്ട് പേരും രക്തത്തിൽ കുളിച്ച് നിശ്ചലരായി കിടക്കുന്നുണ്ട്. അയാൾ ഉടൻ തന്നെ യുവാക്കളുടെ അടുത്ത് ചെന്ന് അവരുടെ നാഡിയിടിപ്പ് പരിശോധിച്ചു.

അതിൽ നിന്നും രണ്ടുപേരുടേയും ജീവൻ നഷ്ടമായിട്ടില്ലെന്ന് അയാൾക്ക് മനസ്സിലായി. അപകടം മണംപിടിച്ചറിഞ്ഞതു പോലെ നിലവിളി ശബ്ദം മുഴക്കിക്കൊണ്ട് മുന്നിൽ വന്നുനിന്ന ആംബുലൻസുകളിലേക്ക് ജീവനു വേണ്ടി പിടയ്ക്കുന്ന ആ രണ്ട് ശരീരങ്ങളെ കയറ്റുന്നതിനിടയിലാണ് അതിലൊരാളുടെ കൈത്തണ്ടയിൽ പച്ചകുത്തിയിരിക്കുന്ന അക്ഷരങ്ങൾ മോഹനന്റെ ശ്രദ്ധയിൽപ്പെട്ടത്

"BREAK THE RULES "

ആ അക്ഷരങ്ങൾ വായിച്ചതും മോഹനന്റ മനസ്സിലേക്ക് കുറച്ചുനാളുകൾക്ക് മുൻപ് അയാൾ അറസ്റ്റുചെയ്ത നേതാവിന്റെ മകന്റെ മുഖം തെളിഞ്ഞുവന്നു കാരണം അവന്റെ കൈത്തണ്ടയിലും ഇതേ അക്ഷരങ്ങൾ പച്ചകുത്തിയിരുന്നു..

"BREAK THE RULES "

****

4

പാലായനം

ജാലക ചില്ലുകൾതുളച്ചെത്തിയ സൂചിമുന
പോലുള്ള സൂര്യകിരണങ്ങൾ കൺപോളകളിൽ
താഴ്ന്നിറങ്ങിയതും പാതിബോധത്തിലും
ശാരിക തന്റെ വലതുകയ്യാൽ അതിനൊരു മറ
തീർത്തുകൊണ്ട് കണ്ണുകൾ മെല്ലെത്തുറന്ന് ചുറ്റും
നോക്കി .

"ഇല്ല. പ്രതീക്ഷയുടെ ഒരു കിരണം പോലും
എവിടേയും കാണുന്നില്ല. ചുറ്റും അനന്തമായ്
നിണ്ടുകിടക്കുന്ന സമുദ്രവും , ആഴിയെ
തഴുകിയെത്തുന്ന തണുത്ത കാറ്റും മാത്രം .."

അവൾ തനിക്കൊപ്പം യാത്രചെയ്യുന്നവരെ മാറി
മാറി നോക്കി.

"പലരുടേയും ബോധംമറഞ്ഞിരിക്കന്നു.
യുദ്ധമുഖത്തുനിന്നും സർവ്വസമ്പാദ്യങ്ങളും
ഉപേക്ഷിച്ച് കുടുംബത്തോടൊപ്പം എങ്ങോട്ടെന്ന-
റിയാതെ പുതിയ ജീവിതത്തിനായി രക്ഷയുടെ
കച്ചിത്തുരുമ്പുപോലെ കിട്ടിയ ബോട്ടിൽ
ഒരു സ്ഥാനം തരപ്പെടുത്തി മറ്റൊരു നാട്ടിൽ
അഭയംതേടുവാൻ തുനിഞ്ഞിറങ്ങിയവരാണ്
ഏറെയും.

രണ്ട് ദിവസമാകുന്നു ബോട്ടിലെ ഇന്ധനവും കരുതിയിരുന്ന ഭക്ഷണവും തീർന്നിട്ട് . യാത്രയുടെ തുടക്കത്തിൽ കൂടെയുണ്ടായിരുന്നവരിൽ പലരും ബോട്ടിൽ നിന്നും അപ്രത്യക്ഷമായിരിക്കുന്നു. ഒരു പക്ഷെ അവരെല്ലാമിപ്പോൾ മരണത്തിന്റെ ചിറകിലേറി യുദ്ധവും ദുരിതവുമില്ലാത്ത മറ്റൊരു ദേശത്ത് എത്തിച്ചേർന്നിട്ടുണ്ടാവാം.

താനും യുദ്ധത്തിന്റെ ബാക്കി പത്രമാണല്ലോ ? ഇഷ്ടപ്പെട്ട പരുഷന്റെയൊപ്പം ജീവിക്കുവാൻ തിരുമാനിച്ച് ഇറങ്ങിത്തിരിക്കുമ്പോൾ ..... മറ്റുള്ളവരുടെമുന്നിൽ കൈ നീട്ടാതെ സാമ്പത്തിക ക്ലേശങ്ങളില്ലാതെ തലയുയർത്തി ജീവിക്കണം എന്നുള്ള ഒരൊറ്റ ചിന്തമാത്രമെ ഉള്ളിൽ ഉണ്ടായിരുന്നുള്ളു. അതുകൊണ്ടു മാത്രമാണ് അപകടമേറിയ സ്ഥലമാണെന്നറിഞ്ഞിട്ടും അമേരിക്കൻ കമ്പനിയുടെ സ്പോൺസർഷിപ്പിൽ പാലസ്ഥീനിലെ അറിയപ്പെടുന്നൊരു ആശുപത്രി-യിൽ താനും രോഹനും നേഴ്സായി ജോലിക്കു ചേർന്നത്. ആദ്യ നാളുകളിൽ സാമ്പത്തികമായി ഏറെ ഗുണമുണ്ടായിരുന്നെങ്കിലും, എല്ലാം തകിടം മറിഞ്ഞത് വളരെ പെട്ടെന്നാണ് . യുദ്ധം. അത് പ്രതീക്ഷകളെല്ലാം തല്ലിക്കെടുത്തി നിരവധി മനുഷ്യരെ അനാഥരാക്കി.

പലരേയും നാടും വീടും സമ്പാദ്യവുമുപേക്ഷിച്ച്
പാലായനം ചെയ്യുവാൻ നിർബന്ധിതരാക്കി..
യുദ്ധത്തിൽ മരണപ്പെട്ടവരിൽ
തിരച്ചറിയാത്തവരുടെ കൂട്ടത്തിൽ തന്റെ
രോഹനും സ്ഥാനം പിടിച്ചപ്പോൾ താനും
ജീവിതമവസാനിപ്പിക്കുവാൻ നിശ്ചയിച്ചതാണ്.
പക്ഷേ... ആത്മഹത്യയ്ക്ക് തുനിഞ്ഞ തന്നോട്
സ്വദേശികളായ സഹപ്രവർത്തകർ നീയിവിടേ
നിന്നും രക്ഷപെടണമെന്നും പ്രതിസന്ധികളിൽ
തളരരുതെന്നും പറഞ്ഞ് രക്ഷയുടെ
വാതിലാണന്നപോലെയെത്തിയ ബോട്ടിൽ കയറ്റി
വിടുകയായിരുന്നു.
മറ്റൊരു വിധത്തിൽ പറഞ്ഞാൽ,
അവർ പറഞ്ഞതെല്ലാം താൻ
അനുസരിക്കുകയായിരുന്നല്ലേ ?
ഒരു പാവയെപ്പോലെ.... എന്തിന് ?
തന്റെ ജീവൻ രക്ഷിക്കുന്നതിന് വേണ്ടിയോ ?
അതോ, തന്റെ ഉള്ളിൽ വളരുന്ന രോഹന്റെ
കുഞ്ഞിനെ രക്ഷിക്കുന്നതിന് വേണ്ടിയോ ?
അറിയില്ല. "

ബോട്ടിൽനിന്നും ഉപക്ഷിക്കുന്ന ശവശരിരങ്ങൾക്ക്
വേണ്ടിയെന്ന പോലെ ശവംതീനി പറവകൾ
അകാശത്ത് വട്ടമിട്ട് പറക്കുന്നുണ്ട്.

അതിൽ ചിലത് ബോട്ടിന്റെ പല ഭാഗങ്ങളിലുമായി സ്ഥാനം പിടിച്ചിട്ടുമുണ്ട്. കടലിലെ ഓളങ്ങൾ ബോട്ടിന്റെ നിയന്ത്രണം ഏറ്റെടുത്തിരിക്കുന്നു. അത് എങ്ങോട്ടെന്നില്ലാതെ ബോട്ടിനെ നീക്കിക്കൊണ്ടേയിരിക്കുന്നു. "

തൊട്ടടുത്തുനിന്നും ഒരു കുഞ്ഞിന്റെ വിതുമ്പൽ കേട്ടതുപോലെ തോന്നിയതും . അവൾ ചുറ്റും പരതി. ഒറ്റമുറി മാത്രമുള്ള ബോട്ടിലായി ചിതറിക്കിടക്കുന്ന പലരിലും ജീവന്റെ സൂചനപോലെ ചില അനക്കങ്ങൾ മാത്രം. അതിനിടയിലായി ഒരു കുരുന്നുകരം അനങ്ങുനത് ശാരിക കണ്ടു. ആ കരങ്ങൾ അമ്മയുടെ മാറിടത്തിൽ പരതുകയാണ്. ഒരല്പം മുലപ്പാലിനായി അല്പം ദാഹനീരിനായി. പക്ഷെ ഒന്നു കരയുവാനുള്ള ശബ്ദംപോലും ആ കുഞ്ഞിന്റെ വരണ്ടുണങ്ങിയ കുരുന്ന് കണ്ഠത്തിൽ അവശേഷിക്കുന്നില്ലെന്ന് അവൾക്ക് മനസ്സിലായി .

"ഓരോ നിമിഷവും ബോട്ടിലുള്ള ഒരോരുത്തരായി മരണത്തിനോടൊപ്പം യാത്രയാകുകയാണ് ഏതാനും നിമിഷങ്ങൾക്കകം താനും തന്റെ ഉദരത്തിൽ വളരുന്ന കുരുന്നുജീവനും രോഹന്റെ സമീപത്ത് എത്തിച്ചേരും. "

അതോർത്തപ്പോൾ അവളുടെ കണ്ണുകൾ തിളങ്ങി, വരണ്ടുണങ്ങിയ ചുണ്ടിൽ ഒരു ചെറിയ പുഞ്ചിരി വിരിഞ്ഞു ...

കണ്ണുകളിൽ വീണ്ടും ഇരുട്ട് പടർന്നുതുടങ്ങിയതും തന്റെ കണ്ണുകളിലെ അവസാന കാഴ്ചയും മറയുകയാണെന്ന് അവൾക്ക് മനസ്സിലായി. അവളുടെ കണ്ണുകൾ ഇരുട്ടിനെ പുണരുവാൻ തുടങ്ങുന്നനേരം. അങ്ങകലെ എവിടെയോ നിന്നും രക്ഷകന്റെ കാലൊച്ചപോലെ ഒരു കപ്പലിന്റെ ചൂളംവിളിയുടെ നേർത്ത മുഴക്കം അവളുടെ കർണ്ണപുടങ്ങളെ തേടിയെത്തുന്നുണ്ടായിരുന്നു.

****

5

ഉത്തരമില്ലാത്ത ചോദ്യങ്ങൾ

"വർഷങ്ങൾ പലത് കഴിഞ്ഞതിന്റെ ഓർമ്മപ്പെടുത്തൽ എന്നപോലെ പലരുടെ രൂപങ്ങളിലും മാറ്റങ്ങൾ വന്നിട്ടുണ്ട് പലരേയും തിരിച്ചറിയാൻ പോലും പ്രയാസം. നിസാര വർഷമൊന്നുമല്ലല്ലോ വിദ്യാലയത്തിന്റെ പടിയിറങ്ങിയതിന് ശേഷം ജീവിതത്തിൽ താൻ പിന്നിട്ട് കഴിഞ്ഞത് . കാലം തന്റെ മുഖത്തും മുടിയിഴകളിലും അതിന്റെ അടയാളങ്ങൾ രേഖപ്പെടുത്തിക്കഴിഞ്ഞിരിക്കുന്നു. "

തന്റെ വിദ്യാലയത്തിന് വന്ന പുതിയ മാറ്റങ്ങൾ നോക്കിക്കൊണ്ട് ശാലിനി പിന്നേയും മുന്നോട്ട് നടന്നു. അവളുടെ മനസ്സ് പഴയ പത്താം ക്ലാസിലേക്ക് കെട്ടിടത്തിലേക്ക് അവളെ കൂട്ടിക്കൊണ്ടു പോവുകയായിരുന്നു എന്നതായിരുന്നു സത്യം. അടഞ്ഞു കിടക്കുന്ന ക്ലാസ് മുറിയും തകർന്ന ജനലുകളും കണ്ടപ്പോൾത്തന്നെ ആ ക്ലാസ് മുറിക്കും തന്നെപ്പോലെതന്നെ വാർദ്ധക്യം ബാധിച്ചതായി അവൾക്കു തോന്നി. ശാലിനി തുറന്നുകിടക്കുന്ന ജനലിലൂടെ അകത്തേക്ക് നോക്കി. പൊടിനിറഞ്ഞ ക്ലാസ് മുറിയിൽ പഴയകാലത്തിന്റെ ശേഷിപ്പുകൾ പോലെ അംഗഭംഗം സംഭവിച്ച ബെഞ്ചും മേശയും കസേരയുമെല്ലാം ശാന്തമായി വിശ്രമിക്കുന്നുണ്ട്.

ചിരിയും, കളിയും, തമാശകളും നിറഞ്ഞ കഴിഞ്ഞു പോയ നാളുകൾ ഓർത്തുകൊണ്ട് അവളൽപ്പനേരം കണ്ണുകളടച്ചു. മെല്ലെ മെല്ലെ അവളുടെ മനസ്സ് വീണ്ടും ആ പഴയ പത്താം ക്ലാസിലേക്കും പത്താം ക്ലാസുകാരിയിലേക്കും കൂടിയേറി..

"ഗെറ്റ് ഔട്ട് "

അതേ . ഇപ്പോഴും, നമ്പ്യാർ മാഷിന്റെ ശബ്ദം തന്റെ ചെവികളിൽ മുഴങ്ങുന്നുണ്ട്. സ്കൂൾ ജീവിതത്തിൽ താൻ ക്ലാസ്റൂമിൽ നിന്നും ആദ്യമായും അവസാനമായും പുറത്താക്കപ്പെട്ട ആ ദിവസം ...

" ഇന്ന് വായനാദിനമാണ്. വായന ശീലമാക്കി മറ്റിയാൽ നാം അറിയാതെ തന്നെ നമ്മൾ അറിവുള്ളവരായി മാറും. ഞാൻ ഉദ്ദേശിച്ചത് "മ" പ്രസിദ്ധീകരണങ്ങളല്ലട്ടോ. എന്നുപറഞ്ഞാൽ അങ്ങാടിയിൽ വാങ്ങാൻ കിട്ടുന്ന വീക്കിലികൾ വായിക്കുന്ന കാര്യമല്ലെന്ന്. "

മലയാളവിഷയം കൈകാര്യംചെയ്യുന്ന നമ്പ്യാർ മാഷിന്റ വാക്കുകൾ കേട്ട് ക്ലാസ് മുറിയിൽ ചിരി ശബ്ദം നിറഞ്ഞു .

"ഞാൻ ചിരിക്കാൻ പറഞ്ഞതല്ല. ശാലിനി "മ"പുസ്തകങ്ങൾ വായിക്കാറുണ്ടോ ?"

മാഷിന്റെ പെട്ടെന്നുള്ള ചോദ്യം കേട്ട് ശാലിനി ഒന്നു ഞെട്ടി.

"എന്താ ഞാൻ ചോദിച്ചത് കേട്ടില്ലേ ?"

"ഉണ്ട് സാർ "

നമ്പ്യാർ സാറിന്റെ ചോദ്യത്തിന് വിറച്ചു കൊണ്ടവൾ ഉത്തരം നൽകി. പക്ഷെ, നമ്പ്യാർ സാറിന്റെ ഭാവം മാറിയത് വളരെ പെട്ടെന്നായിരുന്നു.

" നാലക്ഷരം പഠിക്കേണ്ട സമയത്ത് പൈങ്കിളി കഥകൾ വായിക്കാൻ നിനക്ക് സമയമുണ്ട്. അല്ലേ ? പക്ഷെ ..അന്നന്നുള്ള ഹോം വർക്ക് ചെയ്യുവാൻ മാത്രം ...ങേങ്ഹേ, സമയമില്ല. "

"അയ്യോ മാഷേ.. ഞാൻ വെറുതേ പറഞ്ഞതാണ്. വല്ലപ്പോഴും ഒന്നു മറിച്ചു നോക്കുമെന്നല്ലാതെ ... "

" ധിക്കാരി ... തർക്കുത്തരം പറയുന്നോ ?

ആദ്യം നീ "മ " പുസ്തകങ്ങൾ വായിച്ചിട്ടുണ്ടോ എന്ന് പുറത്തുപോയി നിന്ന് ആലോചിക്ക് . അതിനുശേഷം ക്ലാസിൽ കയറിയാൽ മതി. ഗെറ്റ് ഔട്ട്. "

"അതെ. നമ്പ്യാർ മാഷിന്റെ ആ ശബ്ദമിപ്പോഴും തന്റെ കാതുകളിൽ മുഴങ്ങുന്നുണ്ട്. പക്ഷെ, അന്ന് മാഷെന്തിനാണ് തന്നെ പുറത്താക്കിയത് ? എത്രയെല്ലാം ആലോചിച്ചിട്ടും തനിക്കിന്നും മനസിലാകാത്ത കാര്യമാണത്. എന്നെങ്കിലും മാഷിനെ കാണുകയാണെങ്കിൽ അതിനേപ്പറ്റി ചോദിക്കണമെന്ന് മനസ്സിൽ പലവട്ടം കുറിച്ചിട്ടതുമാണ്. പക്ഷെ .. കാലമവയെല്ലാം ഓർമ്മകളുടെ ചവറ്റുകുട്ടയിൽ നിക്ഷേപിച്ചു. ഇന്നിതാ പഴയ ഓർമ്മകൾ വീണ്ടും തലപൊക്കി തുടങ്ങിയിരിക്കുന്നു. "

ശാലിനി.. തന്റെ സ്മരണകളുടെ സ്മാരകമായ ക്ലാസ് മുറിയോട് യാത്രപറഞ്ഞുകൊണ്ട് പൂർവ്വ വിദ്യാർത്ഥി സംഗമം നടക്കുന്ന ഓഡിറ്റോറിയത്തി-ലേക്ക് കയറി. പലതും കണ്ടുമറന്ന മുഖങ്ങൾ തന്നെ. പലരും പരസ്പരം പരിചയപ്പെടുത്തുന്നുണ്ട് വേദിയിൽ യോഗം തുടങ്ങാനുള്ള ഒരുക്കങ്ങൾ പൂർത്തിയായി. പക്ഷെ അന്നേരമത്രയും അവളുടെ

കണ്ണുകൾ ആരെയോ തിരയുന്നതു പോലെ ചുറ്റും പരതിക്കൊണ്ടിരിക്കുകയായിരുന്നു. ഒടുവിൽ വാതിലിനരികിലായി വീൽചെയറിൽ ഇരിക്കുന്ന വൃദ്ധനിൽ അവളുടെ കണ്ണുകളുടെ യാത്ര അവസാനിച്ചു. ആ രൂപത്തിലേക്ക് അവൾ ഒരിക്കൽക്കൂടി സൂക്ഷിച്ചുനോക്കി.

" നമ്പ്യാർ മാഷ് "

അവളുടെ മനസ്സ് മന്ത്രിച്ചു. ഒപ്പം യാന്ത്രികമായി അവളുടെ കാലുകളും അവിടേയ്ക്ക് ചലിച്ചു തുടങ്ങി ...

"മാഷേ, എന്നെ ഓർമ്മയുണ്ടോ? ഞാൻ ശാലിനി. "

" അച്ഛന് , പഴയതൊന്നും ഒർമ്മയില്ല മാഡം. ഞാൻ നീതു. മാഷിന്റെ മകളാണ് "

മറുപടികേട്ട ദിശയിലേക്ക് ശാലിനി മുഖമുയർത്തി നോക്കി.

"കുറച്ച് നാളുകളായി അച്ഛന് ഓർമ്മശക്തി നഷ്ടമായിത്തുടങ്ങിയിട്ട്. ഇപ്പോൾ എന്നെപ്പോലും ഓർമ്മയില്ലെന്നായി. അച്ഛനുമായി ഇന്നിവിടെ

വരണമെന്ന് ഇതിന്റെ സംഘാടകർ പ്രത്യേകം പറഞ്ഞതുകൊണ്ട് മാത്രമാണ് വന്നത്. അല്ലങ്കിൽ പറത്തേക്കുപോലും അച്ഛനെ ഇറക്കാറില്ല. "

നീതുവിന്റെ വാക്കുകൾ കേട്ട് ഏതോ ശൂന്യതയിലേക്ക് കണ്ണും നട്ടിരിക്കുന്ന മാഷിന്റെ മുഖത്തേക്ക് അവൾ വീണ്ടും നോക്കി. ആ മുഖത്ത് തളംകെട്ടി നിൽക്കുന്ന മൗനത്തിൽ നിന്നും അപ്പോഴും അവളുടെ കണ്ണുകൾ അദ്ദേഹം പണ്ട് പറഞ്ഞ "ഗെറ്റ് ഔട്ടി " ന്റെ ഉത്തരം തിരയുകയായിരുന്നു.

****

6

വേഗത

"വിനോദേ, നീ വാതിൽ തുറക്കുന്നുണ്ടോ ? അച്ഛൻ നിനക്ക് ബൈക്ക് വാങ്ങിത്തരാമെന്ന് പറഞ്ഞല്ലോ ? പിന്നെന്തിനാ നീയിങ്ങനെ നിരാഹാരം കിടക്കുന്നത് ? നിനക്ക് മെഡിക്കൽ എൻട്രൻസ് കിട്ടിയതിൽ അച്ഛന് എന്തു മാത്രം സന്തോഷമായെന്നറിയാമോ ? അച്ഛനടുത്താഴ്ച്ച ലീവിന് വരുമെന്ന് അറിയിച്ചിട്ടുണ്ട്. നിന്നോട് അച്ഛനെ വിളിക്കണമെന്നും പറഞ്ഞു. ബൈക്ക് ബുക്ക് ചെയ്യുന്ന കാര്യം പറയാനാണെന്നാണ് പറഞ്ഞത്. "

അമ്മയുടെ വാക്കുകൾ കേട്ടതും വിനോദ് വാതിൽ തുറന്നു.

"അമ്മേ, അച്ഛനോട് ഞാനന്നേ പറഞ്ഞതാണ് എൻട്രൻസ് കിട്ടിയാലെനിക്ക് 30 ബി.എച്ച്.പി 900 ആർ.പി.എം ബൈക്ക് തന്നെ വാങ്ങി തരണമെന്ന്. അല്ലാതെ അച്ഛനിപ്പോൾ വാങ്ങാമെന്ന് പറയുന്ന സാദാ ബൈക്കൊന്നും എനിക്കുവേണ്ട. "

"എടാ, നീ പറയുന്ന ബൈക്കിന് ഏകദേശം രണ്ടേമുക്കാൽ ലക്ഷം രൂപ വിലയുണ്ട്. എന്തിനാ നിനക്കിപ്പോൾ ഇത്രയും വിലയുള്ള ബൈക്ക് ? "

"അച്ഛനെനിക്ക് വാക്ക് തന്നതാണ്. അതുകൊണ്ട് തന്നെ ഞാനെന്റെ കൂട്ടുകാരോടെല്ലാം പറഞ്ഞും പോയി. ഇനിയവരുടെ മുന്നിലെനിക്ക് നാണം കെടാൻ വയ്യ. പിന്നെ അച്ചനും അമ്മയ്ക്കും ഞാനൊരു മകനല്ലെ ഉള്ളു .. പിന്നെന്താ എനിക്കുവേണ്ടി രണ്ടേമുക്കാൽ ലക്ഷം രൂപ മുടക്കിയാൽ .? ഇതിനൊരു തീരുമാനമായിട്ടേ ഞാൻ ഭക്ഷണം കഴിക്കൂ. അച്ഛനോടും എനിക്ക് വേറൊന്നും പറയാനില്ല. ഞാൻ പറഞ്ഞത് അമ്മ തന്നെ അച്ഛനോട് പറഞ്ഞാൽ മതി. "

വിനോദ് വീണ്ടും വാതിലടച്ചു.

ഒരാഴ്ച കഴിഞ്ഞു. വിനോദിന്റെ അച്ഛൻ, സുരേന്ദ്രൻ നാട്ടിലെത്തി. മകന്റെ ആവശ്യത്തെക്കുറിച്ചും അവന്റെ വാശിയെക്കുറിച്ചും തന്റെ ഭാര്യ മാലതിയുമായി അയാൾ പലവട്ടം സംസാരിച്ചു. മകനെ സമാധാനിപ്പിക്കുവാൻ ശ്രമിച്ചു. പക്ഷെ വിനോദവന്റെ തീരുമാനത്തിൽത്തന്നെ ഉറച്ചു നിന്നു.

" സുരേട്ടാ ... എന്തു തന്നെയായാലും അവൻ എൻട്രൻസ് പരീക്ഷ പാസ്സായില്ലെ ?

എല്ലാ വിഷയത്തിനും എ+ വാങ്ങിയാൽ അവന് ഇഷ്ടമുള്ള ബൈക്ക് വാങ്ങിക്കൊടുക്കാമെന്ന് ചേട്ടൻ വാക്കുകൊടുത്തതാണ്. പിന്നെന്താ, അവൻ പറയുന്ന ബൈക്ക് തന്നെ വാങ്ങിക്കൊടുത്താൽ ?"

"മാലതീ, അവൻ നമ്മുടെ ഏകമകനാണ് അവനെക്കുറിച്ച് എനിക്കേറെ സ്വപ്നങ്ങളുമുണ്ട്. ഈ പറയുന്ന ബൈക്ക് വളരേ അപകടം പിടിച്ച ഒന്നാണെന്നാണ് എല്ലാവരും പറയുന്നത്. അതാണ് ഞാൻ ... "

"അങ്ങനെയൊന്നുമില്ല സുരേട്ടാ, അസൂയക്കാർ എന്തോ പറഞ്ഞെന്നുകരുതി നമ്മളെന്തിനാ നമ്മുടെ മകന്റെ ആഗ്രഹത്തിന് എതിര് നിൽക്കുന്നത് ? പിന്നെ, അവനിപ്പോൾ കൊച്ചുകുട്ടിയൊന്നുമല്ലല്ലോ ? പിന്നെന്താ ?"

"അപ്പോ, നീയും അവന്റെ പക്ഷത്താണെല്ലെ ? എങ്കിൽപ്പിന്നെ ഞാനായിട്ടെന്തിനാ അവന്റെ ഇഷ്ടത്തിന് തടസം നിൽക്കുന്നത് ? അവന്റെ ആവശ്യവും വാശിയുംത്തന്നെ നടക്കട്ടെ."

അയാൾ ഭാര്യയുടെ കയ്യിൽപ്പിടിച്ചുകൊണ്ട് പറഞ്ഞു.

൭

അവർ രണ്ടുപേരും ചേർന്ന് വിനോദിനോട് അവന്റെ ഇഷ്ട വാഹനം വാങ്ങുവാൻ അവർക്ക് സമ്മതമാണെന്നറിയിച്ചു. വിനോദിന്റെ സന്തോഷത്തിന് അതിരുകളില്ലായിരുന്നു. അവൻ ഫോണിലൂടെ കൂട്ടുകാരെയെല്ലാം വിളിച്ച് തന്റെ സ്വപ്നസാക്ഷാത്ക്കാരത്തിന്റെ സന്തോഷം പങ്കുവെച്ചു. അധികം വൈകാതെ തന്നെ വിനോദിന്റെ പ്രിയപ്പെട്ട ബൈക്ക് അവന്റെ വീട്ടിലെ പുതിയ അംഗമായി എത്തിച്ചേർന്നു.

അടുത്ത ദിവസം നേരംപുലർന്നതും വിനോദ് പതിവിലും നേരത്തേ ഉറക്കമുണർന്ന് ബൈക്കിന്റെ തക്കോലുമായി പുറത്തേക്കിറങ്ങി.

ബൈക്ക് സ്റ്റാർട്ട്ചെയ്യുന്ന ശബ്ദം കേട്ടതും അവന്റെ അമ്മ പുറത്തേക്കിറങ്ങിവന്നു.

" വിനോദേ... നീ രാവിലേതന്നെ ബൈക്കുമായി എങ്ങോട്ടാ ? ... നമ്പർ കിട്ടുന്നതുവരെ വണ്ടിയധികം ഓടിക്കരുതെന്ന് അച്ഛൻ പറഞ്ഞത് മറക്കണ്ടട്ടോ ."

അവൻ ബൈക്കുമായി പുറത്തേക്കിറങ്ങി .. രാവിലെയായതിനാൽ വഴിയിൽ തിരക്ക് കുറവാണ്.

അവൻ ബൈക്കിന്റെ വേഗത അല്പം കൂട്ടി .. വേഗത കൂടുന്തോറും അവനതിൽ കൂടുതൽ ഹരം കണ്ടെത്തിക്കൊണ്ടിരുന്നു. പെട്ടെന്ന് അവനെ മറികടന്ന് മറ്റൊരു ബൈക്ക് മുന്നോട്ട് പോയി. അതുകണ്ടതും അതിന് പിന്നാലെ അവനും തന്റെ ബൈക്കുമായി പാഞ്ഞു. എങ്ങനെയെങ്കിലും തന്റെ മുന്നിലുള്ള ബൈക്ക് യാത്രികനെ പിന്നിലാക്കണമെന്ന ഒറ്റ ലക്ഷ്യം മാത്രമെ അവന്റെ മനസ്സിൽ അന്നേരമുണ്ടായിരുന്നുള്ളു. ബൈക്കിന്റെ വേഗത അനുനിമിഷം വർദ്ധിച്ചുകൊണ്ടിരുന്നു. വഴികൾ അതിവേഗം പിന്നിലാക്കി വിനോദ് ബൈക്കുമായി കുതിച്ചു. അവസാനം ലക്ഷ്യം പൂർത്തികരിച്ച സന്തോഷത്തോടെ അവൻ തനിക്ക് പുറകിലായി ബൈക്കിൽ വരുന്ന യാത്രക്കാരനെ ബൈക്കിന്റെ കണ്ണാടിയിലൂടെ നോക്കി.."

വിനോദ് കണ്ണുകൾ തുറന്നു. പക്ഷെ ഒന്നും കാണാൻ കഴിഞ്ഞില്ല. ചുറ്റും മൂടൽമഞ്ഞ് നിറഞ്ഞതു പൊലെ .

" വിനോദേ ... യാത്രയൊക്കെ സുഖമായിരുന്നോ ?"

ശബ്ദംകേട്ട് അവൻ ചുറ്റും നോക്കി ഒന്നും കാണുന്നില്ല ചുറ്റും വെളുത്ത മൂടൽമഞ്ഞ് മാത്രം.

" ആരാത് ? നിങ്ങളെവിടെയാ നിൽക്കുന്നത് ? എനിക്കൊന്നും കാണാൻ കഴിയുന്നില്ല. ഞാനിത് എവിടെയാ ? നിങ്ങളെന്നെ തട്ടിക്കൊണ്ട് വന്നതാണോ ?"

"ഹ ഹ ഹ. വിനോദേ, ചോദ്യങ്ങൾ കുറേയുണ്ടല്ലോ? ഓരോന്നിനായി ഉത്തരം പറഞ്ഞാൽ മതിയോ ?"

"ഞാൻ നിന്നെ തട്ടിക്കൊണ്ടുവന്നതൊന്നുമല്ല. നീയിവിടെ സ്വയംവന്നതാണ്. പിന്നെ ഞാനാരാണെന്ന ചോദ്യം. ഞാൻ നിന്റെ നിഴലാണ്. എന്നും നിന്റെയൊപ്പം നിഴലുപോലെ നടന്നിരുന്ന മരണമാണ് ഞാൻ . ഹ ഹ ഹ . ഇത്രയും നാളും നിനക്കെന്റെ മുഖംകാണുവാൻ കഴിയില്ലായിരുന്നു. എന്നാലിന്നു മുതൽ നിനക്കെന്നെകാണാം എന്റെ ശബ്ദംകേൾക്കാം എന്നോട് സംസാരിക്കാം. ഇന്നു മുതൽ നിന്റെ താമസസ്ഥലം ഇതാണ്. നിന്റെ വേഗതയാണ് ഈ തിരക്കുകളില്ലാത്ത ലോകത്തിലേക്ക് നിന്നെ കൂട്ടിക്കൊണ്ടുവന്നത്. ഇവിടേനിന്നും, ഇനിയൊരു തിരിച്ചുപോക്ക് നിനക്കുണ്ടാകില്ല. "

തനിക്ക് ചുറ്റും നിറഞ്ഞു നിന്നിരുന്ന മൂടൽമഞ്ഞിന്റെ മറനീക്കി ഒരാൾ തന്റെയരികിലേക്ക് നടന്നുവരുന്നത്

വിനോദ് കണ്ടു. അവനാരൂപത്തേ സൂക്ഷിച്ചുനോക്കി.

"നിങ്ങൾ, നിങ്ങളല്ലെ ? കുറച്ച് മുൻപുവരെ എനിക്കൊപ്പം ബൈക്കോടിച്ചത് ? തന്റെ ബൈക്കിനെയല്ലെ ഞാൻ മറികടന്നത് ? അപ്പോൾ എതിരേവന്ന ലോറി !

" ആങ്ഹാ, ഇത്ര പെട്ടെന്ന് പഴയതെല്ലാം വിനോദിന് ഓർമ്മവന്നോ ? അപ്പോൾപ്പിന്നെ സത്യാവസ്ഥയറിയാൻ നേരമായി."

തനിക്കുചുറ്റും പടർന്ന് നിൽക്കുന്ന മൂടൽമഞ്ഞിന്റെ മറനീക്കി ചിലദൃശ്യങ്ങൾ തെളിഞ്ഞുവരുന്നത് വിനോദ് തിരിച്ചറിഞ്ഞു അവനതിലേക്കുതന്നെ നോക്കി.

" നല്ല പരിചിതമായ സ്ഥലം. അതെ, അത് തന്റെ വീടാണ്. അവിടെ എന്തോ ആവശ്യം നടക്കുന്നത് പോലെ ആളുകൾ കൂട്ടംകൂടി നിൽക്കുന്നുണ്ട്. കുറച്ച് അപ്പുറത്ത് മാറി തന്റെ സുഹൃത്തായ മനോജ് എന്തോ അറിയിപ്പ് കെട്ടുന്നത് കണ്ടതും അതിലേക്ക് ശ്രദ്ധിച്ചുകൊണ്ട് അതിൽ എതിയിരിക്കുന്ന വാക്കുകളവൻ വായിച്ചു.

" വിനോദ് സുരേന്ദ്രന് (20) കൂട്ടുകാരുടെ ആദരാഞ്ജലികൾ "

****

7

മോർഫിങ്ങ്

കൂട്ടുകാരി വാട്സ് ആപ്പിലൂടെ അയച്ചുതന്ന ചിത്രങ്ങൾ കണ്ടതും ഗീതയ്ക്ക് തല ചുറ്റുന്നതു പോലെ തോന്നി.

"കുറച്ച് ദിവസമായി പരിചയമില്ലാത്ത നമ്പറുകളിൽ നിന്നും മിസ് കോളുകൾ വരുന്നുണ്ട്. പക്ഷെ അതൊന്നും താൻ കാര്യമാക്കായിരുന്നില്ല. പുറത്തേക്കിറങ്ങിയാൽ എന്നും കാണുന്ന അയൽവക്കത്തുള്ള ചെറുപ്പക്കാരാണെങ്കിലും, വൃദ്ധന്മാരാണെങ്കിലും അവരുടെ നോട്ടത്തിലും സംസാരത്തിലുമൊക്കെ എന്തൊക്കെയോ മാറ്റങ്ങൾ ഉള്ളതുപോലെ തോന്നിയിരുന്നു. പക്ഷെ അവരുടെയെല്ലാം പെട്ടെന്നുള്ള മാറ്റങ്ങളുടെ കാരണം മാത്രം ...?"

അവൾ തന്റെ ഫോണിൽ തെളിഞ്ഞ ചിത്രങ്ങളിലേക്ക് ഒരിക്കൽക്കൂടി നോക്കി

" പലതും നഗ്നചിത്രങ്ങളാണ്. ഒറ്റ നോട്ടത്തിൽ താനാണന്നേതോന്നു . പക്ഷെ ഇത്, താനല്ല. ആരോ തന്റെ മുഖം മാത്രം കൂട്ടിച്ചേർത്ത് കൃത്യമമായി നിർമ്മിച്ച ചിത്രങ്ങളാണെന്ന് സൂക്ഷിച്ചു നോക്കുമ്പോൾ മനസിലാകുന്നുണ്ട്. "

തന്നെ എന്നും കാണുന്ന മുഖങ്ങളിലെ ഭാവവ്യത്യാ-സത്തിന്റെ കാരണമെന്താണെന്ന് അവൾക്ക് മനസ്സിലായി. ഗീതയുടെ ഫോൺ ശബ്ദിക്കുവാൻ തുടങ്ങിയതും. അവൾ നിറഞ്ഞ കണ്ണുകൾ തുടച്ചു കൊണ്ട് ഫോണിലേക്ക് നോക്കി.

"രേഖയാണ്. അവളാണ് കുറച്ചുമുൻപ് തന്റേതെന്ന് പറഞ്ഞ് പ്രചരിക്കുന്ന ചിത്രങ്ങൾ അയച്ചുതന്നത്. "

അവൾ ഫോണെടുത്തു

" ഹലോ ഗീതാ, ഞാനാണ് രേഖ. ഹലോ, നീ കേൾക്കുന്നുണ്ടോ ? "

അവൾക്കുള്ള ഗീതയുടെ മറുപടിക്ക് കരച്ചിലിന്റെ ശബ്ദമായിരുന്നു.

" ഗീതാ, നീ കരയല്ലേ. ഈ ചിത്രങ്ങളെല്ലാം വ്യാജ മാണെന്ന് തെളിഞ്ഞിട്ടുണ്ട്. ഇത് കുറച്ചുനാളായി സാമൂഹമാധ്യമങ്ങളിൽ പ്രചരിക്കുന്നുണ്ടായിരുന്നു. ഈ ചിത്രങ്ങൾ എന്നെ കാണിച്ചത് എന്റെ ഭർത്താവാണ്. അദ്ദേഹത്തിന് ചിത്രങ്ങൾ അയച്ചു കൊടുത്തതോ, വിദേശത്തുള്ള നിന്റെ ഭർത്താവും."

"രേഖേ, നീയെന്താണ് പറയുന്നത് ? വിദേശത്തുള്ള രാജീവേട്ടനും ഇതെല്ലാം കണ്ടെന്നോ ?"

" ഒറ്റനോട്ടത്തിൽത്തന്നെ ഇവയെല്ലാം വ്യാജ മാണെന്ന് നിന്റെ ഭർത്താവിന് മനസ്സിലായി. അതുകൊണ്ടാണ് അവ എന്റെ ഭർത്താവിന് അയച്ചു കൊടുത്തതും. ഇതിനെതിരെ സൈബർ സെല്ലിൽ പരാതിപ്പെട്ടതും. അതിന്റെ അന്വേഷണം തുടങ്ങിയിട്ട് കുറച്ച് ദിവസ്സമായി. അല്പനേരം മുൻപാണ് പോലീസുകാർ കുറ്റവാളിയെ അറസ്റ്റ് ചെയ്തത് "

"എന്നാലും, ഇതെങ്ങനെ സംഭവിച്ചു ? ആരാണിത് ചെയ്തത് ? ആർക്കാണ് എന്നോടിത്ര ശത്രുത ?"

" ഗീതേ, നമ്മൾ കാണുന്നതും കേൾക്കുന്നതു മൊന്നുമല്ല ലോകം. നീ കുറച്ചുനാൾ മുൻപ് നിന്റെ പാസ്പ്പോർട്ടിന്റെ ആവശ്യത്തിനായി ഫോട്ടോയെടുക്കാൻ സ്റ്റുഡിയോയിൽ പോയിരുന്നില്ലെ ? അവിടുത്തെ സഹായിയായ ചെറുപ്പക്കാരനാണ് അവിടേയെടുക്കുന്ന ചിത്രങ്ങളിൽ നിന്നും കാണാൻ കൊള്ളാവുന്ന പെൺകുട്ടികളുടെ ഫോട്ടോയും നമ്പറും ശേഖരിച്ച് മറ്റൊരാൾക്ക് കൈമാറിയിരുന്നത്.

എല്ലാം പണത്തിനു വേണ്ടിയായിരുന്നു എന്നാണ് അവൻ പോലീസിന് നൽകിയ മൊഴി. അയാളാണ് വ്യാജചിത്രങ്ങൾ നിർമ്മിച്ചിരുന്നതും സാമൂഹ്യ മാധ്യമങ്ങളിൽ പ്രചരിപ്പിച്ചിരുന്നതും. അയാളൊരു മാനസിക രോഗിയാണെന്നാണ് നാട്ടിലെങ്ങും പൊതുവേയുള്ള സംസാരം . എന്തായാലും രണ്ടുപേരെയും പോലിസ് അറസ്റ്റ് ചെയ്തു. ഇത് പറയുവാനാണ് ഞാൻ നിന്നെ വിളിച്ചത്. നീയൊന്ന് പോലീസ്റ്റേഷൻവരെ ചെല്ലേണ്ടിവരും. അവിടേയ്ക്ക് നീ തനിച്ചുപോവണ്ട. കൂടെ ഞാനും വരാം. നീ വേഷം മാറി നിന്നോളു."

രേഖ പറഞ്ഞുനിർത്തുമ്പോഴും ഗീത കരയുകയായിരുന്നു. രേഖയുമായുള്ള സംഭാഷണം മുറിഞ്ഞതും അവളുടെ ഫോൺ വീണ്ടും ശബ്ദിച്ചുതുടങ്ങി. കണ്ണുകളിൽ നിറയുന്ന കണ്ണുനീർ കാഴ്ചയ്ക്ക് തടസമാക്കുന്നതിനിടയിലും അവൾ ഫോണിൽ തെളിഞ്ഞ പേര് വായിച്ചു..

"രാജീവ് ... "

കോൾ എടുത്തതും അവൾ പൊട്ടിക്കരഞ്ഞു.

"ഏയ് ഗീതാ .. താൻ കരയുകയാണോ ?"

"ആ ചിത്രങ്ങൾ കണ്ടപ്പോൾത്തന്നെ അതെല്ലാം വ്യാജമാണെന്ന് എനിക്ക് മനസ്സിലായി. അല്ല, അത് മനസിലാകേണ്ടതും എനിക്കുതന്നെയാണല്ലോ ?"

രാജീവന്റെ വാക്കുകൾ കേട്ടതും അവളുടെ നിറഞ്ഞ കണ്ണുകളിലും വിതുമ്പുന്ന അധരങ്ങളിലും ആശ്വാസത്തിന്റേയും ലജ്ജയുടേയും ഭാവങ്ങൾ നിറയുവാൻ തുടങ്ങി..

"എടോ താൻ കരയാതെ. രണ്ടുദിവസത്തിനകം ഞാൻ നാട്ടിലെത്തും. തനിക്കുള്ള വിസയുമായാണ് വരുന്നത്. ഇനി തിരിച്ചുപോരുന്നത് നമ്മൾ ഒരുമിച്ചായിരിക്കും. എന്താ സന്തോഷമായില്ലേ ? എന്നെ, രേഖയുടെ ഭർത്താവ് വിളിച്ചിരുന്നു കാര്യങ്ങളെല്ലാം പറഞ്ഞു. വെറുതെ തന്നേക്കൂടി വിഷമിപ്പിക്കേണ്ടെന്നു കരുതിയാണ് ഇതുവരെ തന്നോടൊന്നും പറയാതിരുന്നത്. പക്ഷെ, ഇന്ന് താനൊന്ന് പോലീസ് സ്റ്റഷൻവരെ ചെല്ലണം അവരുടെ അന്വേഷണത്തിന്റെ ഭാഗമായുള്ള കര്യങ്ങൾക്കാണ്."

"രേഖ വരാമെന്ന് പറഞ്ഞിട്ടുണ്ട് രാജിവേട്ടാ. ഒരുമിച്ചുപൊകാമെന്നാണ് അവൾ പറഞ്ഞത് "

"എങ്കിൽ ശരി. എന്റെ പതിവ് സമ്മാനം ഇന്നും ഞാൻ തെറ്റിക്കുന്നില്ല. തരുന്നതെല്ലാം നാട്ടിലെത്തുമ്പോളെനിക്ക് പലിശയടക്കം തിരിച്ച് തരണം കേട്ടോ."

വാക്കുകൾക്കൊപ്പമെത്തിയ ചുംബനത്തിന്റെ ശബ്ദത്തോടെ ഫോൺ കട്ടായതും നാണത്താൽ തുടുത്ത അവളുടെ മുഖത്ത് പുഞ്ചിരി വിടർന്നു.

****

8

തകർന്ന സ്വപ്നങ്ങൾ

ആഢംബരത്തിലും, തലയെടുപ്പിലും നഗരത്തിന്റെ പ്രതികമായിരുന്നു കായൽ തീരത്തായി ഉയർന്നു നിന്നിരുന്ന ബഹുനില മന്ദിരമെന്ന ഞാൻ , ലോകമെന്നെ സ്നേഹമോടെ "ഫ്ലാറ്റ് " എന്നാണ് വിളിച്ചിരുന്നത്. ഒരു കാലത്ത് ഭൂമിയിൽ നിന്നും ഉയർന്നുനിന്ന് പ്രളയത്തേയും പേമാരിയേയും അതിജീവിച്ചപ്പോൾ ഞാനെന്റെ ഉയരത്തിൽ സ്വയം അഭിമാനം കൊണ്ടിരുന്നു. എന്നാലിന്ന് എനിക്ക് ഉയരം നൽകിയിരുന്ന എന്റെ കാലുകൾ തകർക്കപ്പെട്ടിരിക്കുന്നു. എന്റെ ചിറകുകൾ പോലെ നിന്നിരുന്ന മട്ടുപാവും നീല ചില്ലുകൾ പതിച്ച ജാലകങ്ങളും നഷ്ടമായിരിക്കുന്നു. ഞാനിന്ന് ഭൂമിയുടെ മാറിൽ വിശ്രമിക്കുകയാണ്. ചുറ്റും പൊടിപടലങ്ങൾ മാത്രം. പക്ഷെ ഇപ്പോഴും ഞാൻ ഓർക്കുന്നുണ്ട് ആ പഴയ സുവർണ്ണദിനങ്ങൾ.

ശരവേഗത്തിലായിരുന്നു എന്റെ നിർമ്മാണ പ്രവർത്തനങ്ങൾ നടന്നുകൊണ്ടിരുന്നത്, ഒരോ ദിനങ്ങളിലും ഞാൻ വളർന്നുകൊണ്ടേയിരുന്നു. എന്റെ രൂപം മാറികൊണ്ടേയിരുന്നു. നീല ജാലകങ്ങളും, കൈവരികളും, വർണ്ണ നിറങ്ങളും എന്റെ ഭംഗിക്ക് മാറ്റ് കൂട്ടി. എന്നിൽ പൂർത്തിയായ ഭവനങ്ങളിൽ പല ദേശക്കാരായ ജനങ്ങൾ വന്ന് വസിക്കുവാൻ വന്നുതുടങ്ങി.

കിളികൾക്ക് കൂടൊരുക്കിയ തണൽ മരം പോലെ ഞാൻ എല്ലാവരേയും എന്റെ ഹൃദയത്തോട് ചേർത്തുപിടിച്ചു. എന്നെ സാക്ഷിയാക്കി, നിരവധി വിവാഹങ്ങളും, ജന്മദിനങ്ങളും അവരാഘോഷിച്ചു.. അവരുടെ ആഘോഷങ്ങൾ എന്റേതുമായിരുന്നു. മഹാമാരിയിലും, പ്രളയത്തിലും എന്നിൽ വസിച്ചവരെ ഞാൻ ചേർത്ത്പിടിച്ചു. അവരുടെ ദുഃഖങ്ങൾ അവർ മുറികളിൽ തനിച്ചിരുന്ന് എന്നോട് പറയുമായിരുന്നു. ഗ്രാമങ്ങളിൽ നിന്നും ജോലിക്കായി നഗരങ്ങളിലേക്ക് ചേക്കേറിയവർ, വിദേശ രാജ്യങ്ങളിൽ ജോലി ചെയ്യുമ്പോഴും നാട്ടിൽ സ്വന്തമായി ഒരു ഭവനമെന്ന സ്വപ്നം കണ്ടവർ, നഗരത്തിൽ സ്വന്തമായി ഒരു വീട് എന്ന ആഗ്രഹത്തിനായി കടം വാങ്ങിയും , ലോൺ എടുത്തും എന്നിൽ വാസം തുടങ്ങിയവർ, അങ്ങനെ അനവധി സ്വപ്നങ്ങളുമായി എന്നിൽ വസിച്ച് എന്റെ മക്കളായി മാറിയവർ. പക്ഷെ, സന്തോഷങ്ങളെല്ലാം നിലയ്ക്കുവാൻ ഏറെ താമസമുണ്ടായില്ല. ലാഭം കാണുന്ന കണ്ണുകളുള്ളവർ നിയമങ്ങൾ മാറ്റിമറിച്ച് എന്നെ നിർമ്മിച്ചപ്പോൾ എന്റെ ഉയരവും ഭാരവും ഭൂമിക്ക് ദോഷമാണെന്നുള്ള യാഥാർത്ഥ്യം അവർ മറച്ചുവെച്ചിരുന്നുവെന്ന സത്യം തിരിച്ചറിയുവാൻ ഞാനും വൈകിപ്പോയി. എന്നിലെ പല മുറികളിൽ നിന്നും, വിലാപങ്ങളും, വിതുമ്പലുകളും, ഇനിയെന്തെന്നുള്ള ആത്മഗതങ്ങളും ഞാൻ കേട്ടു.

കിളികൾ കൂടുവിട്ട് പറന്ന് പോകുന്നതുപോലെ എന്നെ സ്നേഹിച്ചവർ ഒരോ ദിനവും എന്നേവിട്ടു പോകുന്നത് ഞാനറിഞ്ഞു. എന്നിൽനിന്നും അകലുമ്പോഴും അവരുടെ കണ്ണുകൾ നിറയുന്നത് നിസ്സഹായകനായി ഞാൻ നോക്കി നിന്നു.

അധികാരത്തിന്റെ ചിഹ്നം പതിച്ച വണ്ടികൾ എനിക്ക് ചുറ്റും നിലയുറപ്പിച്ചിരിക്കുന്നു. വീഥികളിൽ ആയിരങ്ങൾ എന്നെ കാണുവാൻ തടിച്ച് കൂടി നിൽക്കുന്നു. ചിലർ എന്നെയും ചേർത്ത് ചിത്രങ്ങൾ എടുക്കന്നു. മറ്റു ചിലർ എന്നെ പരിഹസിക്കുന്നു. ചില മുഖങ്ങളെന്നെ സഹതാപത്തോടെ നോക്കുന്നു. ആ സമയയങ്ങളിലത്രയും എന്റെ കണ്ണുകൾ തിരഞ്ഞു കൊണ്ടിരുന്നത് അവർക്കിടയിൽ എന്റെ മക്കളാരെങ്കിലും ഉണ്ടാകുമോയെന്നായിരുന്നു. വൈകിയാണെങ്കിലും, അധികാരികളുടെ തീരുമാനം ഞാനുമറിഞ്ഞു. "പരിസ്ഥിതിക്ക് ഭീഷണിയായ ഫ്ലാറ്റ് ഇനിയീ ഭൂമിയിൽ വേണ്ട ". എന്നെത്തകർക്കുവാനായി അവരെന്റെ ഹൃദയത്തിൽ വെടിമരുന്ന് നിറച്ചു. എനിക്ക് വർണ്ണങ്ങൾ നൽകിയ നീല ജാലകങ്ങൾ അഴിച്ചു മാറ്റി. എന്നെ ആശ്രയിച്ചവരെയെല്ലാം എന്നിൽ നിന്നും ഒഴിപ്പിച്ചു. അകലേനിന്നും വലിയൊരു ചൂളം വിളിയുടെ ശബ്ദം കേൾക്കുന്നു ....

നിന്റെ സമയമടുത്തിരിക്കുന്നുവെന്ന് കാണികളിൽ ആരൊക്കെയോ വിളിച്ചു പറയുന്നുണ്ട്. വീഥികൾ നിശ്ചലമായി. തനിക്ക് ചുറ്റും ക്യാമറാ കണ്ണുകൾ മാത്രം. അകലെ നിന്നും രണ്ടാമത്തെ ചൂളംവിളിയും കേൾക്കുന്നുണ്ട്. ഇനിയെനിക്ക് ഉയരങ്ങളിലെ കാഴ്ചകളന്യമാണ്. ഒരിക്കൽക്കൂടി ഭൂമിയുടെ ഭംഗി ഞാൻ ആസ്വദിച്ചു. മൂന്നാമത്തേ ചൂളം വിളിയും കേട്ടശേഷം കണ്ണുകൾ തുറക്കുമ്പോൾ ഞാൻ ഭൂമിൽ പതിച്ചു കഴിഞ്ഞിരിക്കുന്നുവെന്ന് എനിക്ക് മനസ്സിലായി, നിമിഷനേരം കൊണ്ട് ഞാൻ വെറും കല്ലും , മണ്ണും പൊടിയുമായി മാറിയിരിക്കുന്നു. എന്നോടൊപ്പം എന്റെ മക്കളുടെ സ്വപ്നങ്ങളും നിലംപതിച്ചിരിക്കുന്നു. എങ്ങും പൊടിപടലം മാത്രം. അരികിലായി കായലിന്റെ നേർത്ത തണുപ്പ് അനുഭവപ്പെടുന്നുണ്ട്.. തകർന്ന എന്റെ പാദങ്ങളെ യന്ത്ര കൈകൾ എടുത്ത് മാറ്റുന്നത് രാത്രിയുടെ മങ്ങിയ വെട്ടത്തിലും ഞാൻ കണ്ടു. അങ്ങകലേനിന്നും മറ്റൊരു യന്ത്രകൈകൂടി എന്നെ ലക്ഷ്യമാക്കി നീണ്ട് വരുന്നതും ഞാൻ കാണുന്നുണ്ടായിരുന്നു. ഇനിയും തകരാത്ത തന്റെ ശിരസ്സ് തകർക്കുവാൻ . തന്നെ പൂർണ്ണമായും മണ്ണാക്കി മാറ്റുവാൻ. അവൻ ഉത്സാഹത്തോടെ പാഞ്ഞടുക്കുകയാണ് ...

****

9

ബെൻസ്

വരാന്തയിലെ അരമതിലിൽ ഇരുന്നുകൊണ്ട് പകലോന്റെ പൊൻകിരണങ്ങളേറ്റുകൊണ്ടുള്ള തന്റെ പതിവ് പത്ര വായനയ്ക്കിടയിൽ തെരഞ്ഞെടുപ്പ് തമ്മിൽ തല്ലിന്റേയും രാഷ്ട്രീയ പഴിചാരലുകളുടേയും വാർത്തകൾക്കൊപ്പം എന്തോ സന്തോഷ വാർത്ത വായിച്ചതുപോലെ പോളച്ചായൻ തന്റെ പ്രിയതമയെ നീട്ടിവിളിച്ചു..

"എടി ഭാര്യേ. ജെസ്സിയേ, ഒന്നിങ്ങ് വായോ."

"എന്തിനാ അച്ചായാ വിളിച്ച് കൂവുന്നത് ? ചായ ഞാൻ മേശപ്പുറത്ത് വെച്ചിട്ടുണ്ട്."

"ചായ ഞാൻ കുടിച്ചു , അതിനല്ല. വേറൊരു കാര്യം പറയാനാ, ഒന്നിങ്ങ് വായോ."

"എന്റെ പൊന്നിച്ചായാ ഞാനവിടെ പാല്തിളപ്പിക്കാൻ വച്ചിരിക്കുകയാണ്. ഞാനിതൊന്ന് ഇറക്കി വെച്ചോട്ടെ എന്നിട്ടങ്ങ് വരാം."

തന്റെ നല്ലപാതിയുടെ മറുപടികേട്ടതും അയാൾ വീണ്ടും പത്ര വാർത്തയിലേക്ക് കണ്ണോടിച്ചു.

"ഈ ഇച്ചായന് ഇന്നെന്തുപറ്റി ? എന്തിനാണാവോ വിളിച്ചത് ?"

ജെസ്സി ആത്മഗതം പറഞ്ഞുകൊണ്ട് വരാന്തയിലേക്ക് ചെല്ലുമ്പോഴും പോളച്ചായൻ പതിവിലേറെ സന്തോഷത്തിൽത്തന്നെയായിരുന്നു..

"എന്താ അച്ചായാ വിളിച്ചേ ? സമയമെന്തായെന്ന് വല്ല വിചാരവുമുണ്ടോ ? അതോ, ഇന്ന് ഓഫീസിൽ പോകണ്ടായോ ?"

"ആ നീയെത്തിയോ ? ദേ ഇത് കണ്ടോ ?"

പത്രത്തിലേക്ക് നോക്കുന്ന ജെസ്സിയോട് അച്ചായൻ തന്നെ പത്രവർത്ത വിശദീകരിച്ചു.

"അന്താരാഷ്ട്ര ആഢംബര കാർനിർമ്മാണ കമ്പനി "ബെൻസ് " അവരുടെ കാറുകൾക്ക് ഇരുപത് ശതമാനം വിലകുറച്ചു ."

" എന്നതാ അച്ചായ ഇതിലിത്ര പ്രത്യേകത ? നമുക്ക് ഇപ്പോൾത്തന്നെ രണ്ട് കാറുണ്ടല്ലോ ? രണ്ടിനും അധികം പഴക്കമില്ലതാനും. പിന്നെ ആരാണിപ്പോൾ ബെൻസ് വാങ്ങാൻ പോകുന്നത് ? മാത്രവുമല്ല ബി.എം.ഡബ്ല്യൂ. കാറുകൾ ഇന്ത്യയിലിറങ്ങിയശേഷം ബെൻസൊന്നും ആരും വങ്ങുന്നില്ലെന്നാണ് കേട്ടത്. അതുതന്നെയാവും കമ്പനിക്കാർ കാറിന് വില കുറച്ചതിന്റെ കാരണവും."

"എടീ പാലാക്കാരൻ കുരിയാക്കോസിന്റെ ഒറ്റമോളേ രണ്ട് കാറൊന്നും ഉണ്ടായിട്ട് കാര്യമില്ല. വീട്ടിലൊരു ബെൻസുണ്ടെന്ന് പറയുന്നതിന്റെ ഗമയും, പേരും അതൊന്ന് വേറെതന്നെയാ. എന്റെ ക്ലയിന്റ്സിൽ എത്ര പേർക്കാണ് ബെൻസുള്ളതെന്ന് നിനക്കറിയാമോ ? അവരുടെ ഇടയിലേക്ക് നമ്മുടെ ഹോണ്ടാ സിറ്റിയുമായി ചെല്ലുന്നതുതന്നെ എനിക്ക് കുറച്ചിലാണ്. നമുക്ക് രണ്ട് കാറുകളിൽ ഒരെണ്ണം കെടുത്തിട്ട് ഒരു ബെൻസങ്ങ് വാങ്ങാം .."

"അച്ചായനെന്തൊക്കെയാ പറയുന്നത് ? പുതിയ വീട് വെച്ചതിന്റെ ഭവനവായ്പയായി നല്ലൊരു തുക തന്നെ ഓരോ മാസവും ബാങ്കിൽ അടയ്ക്കാനുണ്ട്. പ്രമാദമായ ഒന്ന് രണ്ട് കേസുകൾ അച്ചായൻ വാദിച്ച് ജയിച്ചതിൽപ്പിന്നെ നമ്മുടെ വരുമാനം അല്പം മെച്ചപ്പെട്ടിട്ടുണ്ടെന്നുള്ളത് നേരാണ്. എന്നാലും പുതിയൊരു കാറ്. അതും ബെൻസ് , അതിപ്പോൾ ആത്യാവശ്യമാണോ ? മാത്രവുമല്ല കമ്പനിക്കാർ എത്ര വിലകുറച്ചാലും ഒരു നാൽപ്പത് ലക്ഷമെങ്കിലും ബെൻസിന് വില വരും, അതിനിപ്പോൾ എന്നാ ചെയ്യാനാ..?"

"അതിനുള്ളവഴി ഞാൻ കണ്ടിട്ടുണ്ട്. നീയതിന് തടസ്സമൊന്നും പറയാതിരുന്നാൽ മതി. "

" അച്ചായനെന്നതാ പറഞ്ഞുവരുന്നത് ? അപ്പോ, പുതിയകാറ് വാങ്ങുവാൻ തന്നെ തീരുമനിച്ചോ ?"

"എന്റെ പൊന്നു ഭാര്യേ , നമുക്കെന്തിനാ രണ്ട് വീട് ? നിന്റെ അപ്പച്ചൻ വാങ്ങിത്തന്ന ആ പഴയ വീട് നമുക്കങ്ങ് വിൽക്കാം. അല്ലേലും ഇനിയവിടെ താമസിക്കണമെങ്കിൽ നല്ലൊരുതുക മുടക്കേണ്ടിയും എന്നുവെച്ചാൽ വീട് പൊളിച്ച് പണിയേണ്ടിവരും എന്നർത്ഥം. അതങ്ങ് വിൽക്കുകയാണെങ്കിൽ ബാങ്കിലെ കടം പകുതി തീർക്കുകയും ചെയ്യാം നിന്റെ അപ്പച്ചന്റെ ഓർമ്മക്കായിട്ട് നമുക്കൊരു ബെൻസ് കാറ് വാങ്ങുകയും ചെയ്യാം. പിന്നെ നിന്റെ അപ്പച്ചന്റെ പേരും പ്രതാപവും വെച്ച് വാങ്ങുകയാണെങ്കിൽ മിനിമം ഒരു സീ - ക്ലാസ് ബെൻസെങ്കിലും നമ്മൾ വാങ്ങണം. മറ്റൊരു കാര്യമുള്ളത് വിൽക്കുന്ന വീട് അപ്പച്ചൻ നിനക്ക് സ്ത്രീധനമായി തന്നതാണ്. അതു കൊണ്ട് കാറ് വാങ്ങുന്നതും നിന്റെ പേരിലായിരിക്കും. എന്താ അതിൽ നിനക്ക് വിരോധമൊന്നുമില്ലല്ലോ ?"

അച്ചായൻ പറഞ്ഞതുകേട്ട് ജെസ്സിയുടെ കണ്ണുകൾ വിടർന്നു അധരത്തിൽ പുഞ്ചിരി വിരിഞ്ഞു.

"അച്ചായൻ പറയുന്നതാണ് ശരി. നാട്ടിലുള്ള പഴയ വീട് പൂട്ടിയിടുന്നതിലും നല്ലത് വിൽക്കുന്നതാണ്.

നമ്മുടെ ഒരു കാറും വിൽക്കാം. പക്ഷെ, പുതിയ കാറ് അത് ബുക്ക് ചെയ്താൽ കിട്ടാൻ താമസിക്കുമോ ? എന്തായാലും നിറം വെള്ളമതി. അപ്പച്ചനെപ്പോഴും വെള്ളമുണ്ടും ജുബ്ബയുമാണ് ഉടുത്തിരുന്നത്. അതായിരുന്നു അപ്പച്ചന് ഇഷ്ടപ്പെട്ട നിറവും. എങ്കിൽ, ഇന്നുതന്നെ അച്ചായൻ അതിനുള്ള കാര്യങ്ങൾ എന്താണെന്ന് വച്ചാൽ ചെയ്തോളൂ. എനിക്ക് പരിപൂർണ്ണ സമ്മതമാണ്. പിന്നെ കാറ് കിട്ടിക്കഴിഞ്ഞ് നമുക്ക് വേണ്ടപ്പെട്ടവരെയെല്ലാം വിളിച്ച് നല്ലൊരു പാർട്ടി കൊടുക്കണം. എന്റെ ക്ലബ്ബിലുള്ളവരെ എന്തായാലും വിളിക്കണം എല്ലാവരും അറിയട്ടെ എനിക്കൊരു ബെൻസുണ്ടെന്ന്."

അതുംപറഞ്ഞുകൊണ്ട് പുറത്തേക്ക് വന്നതിലും ഉത്സാഹത്തോടെ ജെസ്സി അകത്തേക്ക് നടന്നു. ഇത്രയും പെട്ടെന്ന് തന്റെ ആഗ്രഹം സ്ഥലമാകുമെന്ന് പോളച്ചായനും നിനച്ചില്ല. തുടർന്നുള്ള കാര്യങ്ങളെല്ലാം ശരവേഗത്തിലാണ് അച്ചായൻ പൂർത്തീകരിച്ചത്. അതിന് ഫലവുമുണ്ടായി. വചാരിച്ചതിലും നേരത്തേ തന്നെ ആഢംബരത്തിന്റെ പ്രതീകമായ പുതിയ സീ - ക്ലാസ് ബെൻസ് പഴയ ഹോണ്ടാ സിറ്റിയുടെ സ്ഥാനത്ത് പോളച്ചായന്റെ വീടിന് മുന്നിൽ സ്ഥാനം പിടിച്ചു. പക്ഷെ അന്നേ ദിവസ്സം തന്നെയാണ് സംസ്ഥാനത്ത് പടർന്നുപിടിച്ച കൊറോണ കാരണം ലോക് ഡൗൺ പ്രഖ്യാപിച്ചതും.

ഓഫിസ് സ്ഥാപനങ്ങളും ക്ലബ്ബുകളും അടഞ്ഞു. ജനങ്ങൾ വീടുകളിൽത്തന്നെ ഒതുങ്ങി. യോഗങ്ങളും അഘോഷങ്ങളെല്ലാം നാമമാത്രമായി. പോളച്ചായൻ പുതിയ കാറ് വാങ്ങിയതിന്റെ സന്തോഷത്തിൽ നടത്താനിരുന്ന പാർട്ടിയും മാറ്റിവെച്ചു. കോടതിയും വാദവും കേസുമില്ലാതെ അച്ചായനും ഭാര്യയോടൊപ്പം വീട്ടിലിരിപ്പായി. എങ്കിലും അപ്പോഴും അദ്ദേഹത്തിന്റെ മനസ്സിൽ സന്തോഷം മാത്രമായിരുന്നു. കാരണം, അന്നേരവും വീടിന് പുറത്ത് കിടന്നിരുന്ന ബെൻസ് ഒരു നവവധുവിനെപ്പോലെ അദ്ദേഹത്തേ നോക്കി പുഞ്ചിരിക്കുന്നുണ്ടായിരുന്നു.

നമ്പർ കിട്ടാത്തതിന്റെ പരാതിപോലും പറയാതെ ...

****

10

വരവേൽപ്പ്

"ബസ്സ് സ്റ്റോപ്പുമുതൽ വിദ്യാലയം വരെ നിരനിരയായി കൊടികൾ കെട്ടണം. ഇപ്രാവിശ്യവും നമ്മൾ തന്നെ ആയിരിക്കും വിജയിക്കുന്നത്. തെരെഞ്ഞെടുപ്പ് ഫലം അറിഞ്ഞാലുടൻതന്നെ മുൻവർഷങ്ങളിൽ ചെയ്തപോലെ ആഹ്ലാദപ്രകടനം നടത്തണം. "

താൻ വിശ്വസിക്കുന്ന പ്രസ്ഥാനത്തിന്റെ കൊടികൾ കെട്ടുന്നതിനിടയിലായി ഹരി കൂട്ടുകാരോട് പറഞ്ഞു.

"എടാ ഹരീ, ഇപ്രാവിശ്യത്തെ വിജയവും നമുക്ക് തന്നെയാണ്. അതിൽ സംശയമൊന്നും വേണ്ട. തെരെഞ്ഞെടുപ്പ് ഫലം വന്നുകഴിഞ്ഞാൽപ്പിന്നെ നിയാണ് സ്കൂൾ ലീഡർ. അതാണ് യൂണിയൻ തീരുമാനവും . അന്നേരം ഞങ്ങൾക്ക് ചെലവ് ചെയ്യുന്ന കാര്യംമാത്രം നീ മറന്നുപോകരുത്. "

ഹരിയുടെ സഹപാഠി രഘു പറഞ്ഞതിനെ ഒപ്പം നിന്നവരെല്ലാം ചിരിയോടെ ശരിവെച്ചു.

"ഫലമറിഞ്ഞ് കഴിഞ്ഞാലുടൻ ത്തന്നെ ആഹ്ലാദ പ്രകടനം . പതിവുപോലെ നമ്മൾ മറ്റുള്ള വിദ്യാലയങ്ങളിലേക്ക് പ്രകടനമായി പോകുന്നു. അവിടെ നിന്നും സ്വീകരണങ്ങൾ ഏറ്റുവാങ്ങുന്നു. അതിന് ശേഷമുള്ള ചെലവ് എന്റെ വക.

അതെന്ത് വേണമെന്ന് നിങ്ങൾക്ക് തീരുമാനിക്കാം .. എന്താ മതിയോ ?"

ഹരി ഫലമറിഞ്ഞശേഷമുള്ള തുടർപരിപാടികൾ വിശദീകരിച്ചു.

"മതി. അത് കേട്ടാൽമതി. പക്ഷെ ചെലവ് ചെയ്യുന്നത് അത് , കുട്ടൻ ചേട്ടന്റെ ചായക്കടയിൽ വെച്ചുതന്നെ വേണം "

" ഓ ഏറ്റു . കുട്ടൻ ചേട്ടന്റെ കടയിൽവെച്ചുതന്നെ ചെയ്യാം. അതിലൊരു മാറ്റവും വേണ്ട "

രഘുവിന്റെ ആവശ്യം കേട്ട് ഹരിയവന് ചിരിച്ചു കൊണ്ട് മറുപടി നൽകി.

"ആ ഹരീ, നീയൊരു കാര്യമറിഞ്ഞായിരുന്നോ ?"

കൂട്ടത്തിലുണ്ടായിരുന്ന ജോസിന്റെ ചോദ്യം കേട്ട് അതെന്താണെന്ന ഭാവത്തിൽ ഹരിയും കൂട്ടുകാരും അവനെ നോക്കി.

"നമ്മുടെ പലിശക്കാരൻ ജോർജ്ജേട്ടൻ മരിച്ചു. ഇന്നു തന്നെ അടക്കം ചെയ്യുമെന്നാണ് പറഞ്ഞുകേട്ടത്.

നിന്റെ അച്ഛന്റെ ആത്മാർത്ഥ സുഹൃത്തായിരുന്നില്ലെ അദ്ദേഹം ? എന്നിട്ടും അവിടെവരെ നീയൊന്ന് പോയിരുന്നോ ?. "

" മരണ വാർത്ത രാവിലേതന്നെ അച്ഛനെന്നോട് പറഞ്ഞിരുന്നു. പക്ഷെ, അവിടെവരെ പോകുവാൻ കഴിഞ്ഞില്ല. പലിശക്കാരനായിരുന്നെങ്കിലും ജോർജ്ജേജട്ടൻ പലർക്കുമൊരു സഹായമായിരുന്നു. നമ്മൾ അറിഞ്ഞും അറിയാത്തതുമായ എത്രയോ പേർക്കാണ് അദ്ദഹം സഹായം ചെയ്തിരുന്നത്. എന്തായാലും ഫലമറിയുന്നതുവരെ, ഇവിടെനിന്നും മാറിനിൽക്കാൻ പറ്റുമെന്ന് തോന്നുന്നില്ല. അപ്പോഴേക്കും ശവമടക്ക് കഴിഞ്ഞിട്ടുമുണ്ടാവും. അച്ഛനും അമ്മയും പോയിട്ടുണ്ട് അതു മതി. വാ നമുക്ക് സ്കൂളിലേക്ക് ചെല്ലാം . ഫലം പറയുന്ന നേരമായി.
"

കൃത്യസമയത്തുതന്നെ ഹരിയും കൂട്ടുകാരും ഫലം പ്രഖ്യാപിക്കുന്ന ഓഫിസ് മുറിയുടെ മുന്നിലെത്തി. അവർ പ്രതീക്ഷിച്ചിരുന്ന ഫലം തന്നെയാണ് പുറത്തുവന്നത്. ഹരിയും കൂടെ മത്സരിച്ചവരും വൻ ഭൂരിപക്ഷത്തിൽത്തന്നെ വിജയിച്ചു. ഹരി സ്കൂൾ ലീഡറായി തിരഞ്ഞെടുക്കപ്പെട്ടു. എവിടേയും മുദ്രാവാക്യങ്ങളുടെ ശബ്ദം നിറഞ്ഞു മുഴങ്ങി.

ഹരിയും കൂട്ടുകാരും നേതൃത്വം നൽകിയ ആഹ്ലാദ പ്രകടനം തെരുവുകളെ പ്രകമ്പനംകൊള്ളിച്ചുകൊണ്ട് മുന്നോട്ട് നീങ്ങി. ഓരോ വിദ്യാലയങ്ങളിൽനിന്നും വിദ്യാർത്ഥി നേതാക്കളുടെ സ്വീകരണം ഏറ്റുവാങ്ങി അവർ മുന്നോട്ട് നടന്നു. ഹരിയുടേയും വിജയിച്ച മറ്റുള്ളവരുടേയും കഴുത്തിൽ ഒട്ടനവധി വിലകൂടിയ പുഷ്പഹാരങ്ങൾ ഒന്നിനു പുറകേ ഒന്നായി ചാർത്തപ്പെട്ടു.

"ഹരിയേ, ഇപ്രാവിശ്യം എല്ലാ വിദ്യാലയങ്ങളിൽനിന്നും നല്ല സ്വീകരണമാണല്ലോ ? നമുക്ക് സ്വീകരണം നൽകുവാനായി വിദ്യാർത്ഥികളിൽ നിന്നും നല്ലൊരു തുക സംഭാവനയായി പിരിച്ചിട്ടുണ്ടെന്നുള്ളകാര്യം ഉറപ്പാണ്. അവർ നമ്മുടെ കഴുത്തിലണിയിച്ച മാലകണ്ടാൽത്തന്നെ അതറിയാം. എല്ലാം നല്ല വില കൂടിയവയാണെന്ന്."

"രഘൂ, നീ പറഞ്ഞത് നേരാണ് . വിലകുറത്ത ഒരു മാലപോലുമില്ല. മാത്രവുമല്ല എല്ലാം വലിയ മാലകളുമാണ്. "

ഉച്ച കഴിഞ്ഞതും ആഹ്ലാദ പ്രകടനത്തിന്റെ ആവേശം കുറഞ്ഞു. അനുയായികളിൽ പലരും ഹരിക്ക് ആശംസ നേർന്നുകൊണ്ട് യാത്ര പറഞ്ഞ് മടങ്ങി."

"ഹരിയേ തെരെഞ്ഞെടുപ്പ് കഴിഞ്ഞു. ഫലവും വന്നു. നീ ലീഡറുമായി. ഇനി ചെയ്യാമെന്ന് പറഞ്ഞ ചെലവിന്റെ കാര്യം നീ മറക്കുമോ ?"

"ചെലവിന്റെകാര്യം നമ്മൾ നേരത്തേതന്നെ തീരുമാനിച്ചതല്ലെ ? അതിൽ മാറ്റമൊന്നുമില്ല. വാ നമ്മുക്ക് കുട്ടൻ ചേട്ടന്റെ ചായക്കടയിലേക്ക് പോകാം. ഇനി ബാക്കിയുള്ള ചർച്ചകൾ അവിടെ ഇരുന്നാവാം. എന്താ മതിയോ ? "

ജോസിന്റെ ഒടുങ്ങാത്ത സംശയത്തിന് മറുപടി പറഞ്ഞ ശേഷം ഹരി കൂട്ടുകാരുമൊത്ത് ചായക്കട ലക്ഷ്യമാക്കി നടന്നു.

കയ്യിൽ നിറയെ മാലയുമായെത്തിയ ഹരിയേയും കൂട്ടുകാരെയും കണ്ടതും.

"ആഹ്ഹാ, ലീഡറായ ശേഷം ഹരിക്ക് നല്ല സ്വീകരണമായിരുന്നെന്ന് കേട്ടല്ലോ ?"

"അതുപിന്നേ പറയാനുണ്ടോ കുട്ടൻ ചേട്ടാ, ഞങ്ങളുടെ കയ്യിലിരിക്കുന്ന മാലകൾകണ്ടാലത് അറിഞ്ഞൂടെ ?"

രഘുവിന്റെ വാക്കുകൾ കേട്ടതും അയാളവരുടെ കൈകളിലിരുന്ന മാലയിലേക്ക് സൂക്ഷിച്ച് നോക്കി പിന്നെ അവരുടെ മുഖങ്ങളിലേക്കും.

"എന്താ ചേട്ടാ സൂക്ഷിച്ച് നോക്കുന്നത്. എല്ലാം നല്ല വിലകൂടിയ പൂമാലകളാണ്. മാലയുടെ ഭംഗിയും വലിപ്പവും കണ്ടിട്ട് ചേട്ടനത് മനസ്സിലായില്ലേ ?"

ചായക്കടക്കാരൻ കുട്ടൻ ചേട്ടന്റെ സംശയം നിറഞ്ഞ നോട്ടം കണ്ട് ഹരി ചോദിച്ചു.

" അതല്ല മക്കളേ, മാലകളെല്ലാം നല്ല വിലയുള്ളതാണ് ഞാൻ സമ്മതിക്കുന്നു. പക്ഷെ, ഇതിലുള്ള ഒരു മാല, അതിന്ന് രാവിലെ മരണപ്പെട്ട ജോർജേജട്ടന്റെ കഴുത്തിൽ ഞാനിട്ടതാണോന്ന് ഒരു സംശയം. നിങ്ങളാ സെന്റ്. സെബാസ്റ്റ്യൻസ് സ്കൂളിലെങ്ങാനും പോയായിരുന്നോ ?"

"അത് പ്രത്യേകം ചോദിക്കാനുണ്ടോ ?ഞങ്ങളിന്ന് ഒട്ടുമിക്ക സ്കൂളുകളിലും പോയായിരുന്നു ."

പറഞ്ഞ് തീരുന്നതിന് മുൻപുതന്നെ ഹരി രഘുവിന്റെ കാലിൽ ചവിട്ടി. ലൈറ്റ് ഓഫ് ചെയ്തപോലെ ഉടൻ തന്നെ അവന്റെ സംസാരവും നിന്നു.

"കുട്ടൻ ചേട്ടാ ഞങ്ങളിപ്പോൾ വരാം. ബസ്സ് സ്റ്റോപ്പിൽ കെട്ടിയ കുറച്ച് കൊടികൾകൂടി അഴിക്കാനുണ്ട്. ഇപ്പോഴാണത് ഓർത്തത്. "

ഹരി കടയിൽ നിന്നും പുറത്തേക്ക് നടന്നു. എന്താണ് കാര്യമന്നറിയാതെ കൂട്ടുകാരും .

" എടാ ഹരീ, ചെലവ് ചെയ്യാമെന്നുപറഞ്ഞ് നീയെന്താ ഞങ്ങളെ കളിയാക്കുകയാണോ ? നീ എന്തിനാണെന്നെ ചവിട്ടിയത്. "

" എനിക്കൊന്ന് കുളിക്കണം. ഇനിയുള്ള ചിലവ് ചെയ്യലും, ആഘോഷവുമെല്ലാം അതിനുശേഷം മതി"

തന്റെ കയ്യിലിരുന്ന പൂമാലകൾ രഘുവിനേയും ജോസിനേയും ഏൽപ്പിച്ച ശേഷം അവൻ മുന്നോട് നടന്നു. പിന്നെ തിരിഞ്ഞുനോക്കിക്കൊണ്ട് പറഞ്ഞു.

"ആ മാലകൾ ആരും കാണാതെ എവിടേയെങ്കിലും കൊണ്ടുപോയി കളഞ്ഞേക്ക് "

അവൻ പറഞ്ഞതിന്റെ അർത്ഥമെന്താണെന്ന് മനസിലാകാതെ രഘുവും ജോസും തങ്ങളുടെ കൈകളിലിരിക്കുന്ന പൂമാലകളിലേക്ക് നോക്കി.

www.ingramcontent.com/pod-product-compliance
Lightning Source LLC
LaVergne TN
LVHW060303051026
849517LV00003B/936